संपृक्त लिखाण

मराठी नियतकालिक

संपादक डॉ. सुधीर राजाराम देवरे

अनुक्रमणिका

संपृक्त लिखाण

वर्ष : पहिले, अंक : पहिला
अर्धवार्षिक
आखाजी - मे २०२२

***

संपादक
डॉ. सुधीर राजाराम देवरे

संपादकीय पत्ता : डॉ. सुधीर राजाराम देवरे, सायास, १८७, टेलिफोन कॉलनी, बसस्थानकाच्या मागे, पाठक मैदानाच्या पूर्वेला, सटाणा- ४२३३०१, जि. नाशिक, मो. ७५८८६१८८५७

***

साहित्य पाठविण्यासाठी : वर्ड फाईलीत युनिकोड फाँटमध्ये टाईप करून साहित्य पाठवावे : sudhirdeore29@yahoo.com

***

अंक सजावट : दर्शना कोलगे
मुखपृष्ठ चित्र : किरण मोरे
प्रकाशक : सुधीर देवरे
मुद्रक : नोशन प्रेस

- या अंकाला कोणत्याही मंडळाचे अनुदान प्राप्त झालेले नाही.
- अंकात व्यक्त झालेल्या मतांशी संपादक व इतर घटक सहमत असतीलच असे नाही.

1

अंक आविष्कार

2

संपादकीय

सहावं सुख

दोन वर्षांपेक्षा जास्त काळापासून कोवीड-19 ने मानवी जीवन पूर्णतः नासवून टाकले. अनेक साहित्यिक, लेखक, कवी, गायक आदी कलाकारांसह आपले मित्र, नातेवाईक, तरुण व्यक्ती आपल्यापासून कायमच्या दूर निघून गेल्यात. प्रत्येकाची अशी एक तरी जवळची व्यक्ती या साथीने अचानक हिरावून नेली, की ती व्यक्ती आज हयात नाही यावर अजूनही आपला विश्वास बसत नाही. अशा या वैश्विक मानवी एकता दाखवण्याच्या काळातसुध्दा काही युध्दपिपासू सत्ता पृथ्वीला नष्ट करण्याची भाषा बोलत विध्वंस घडवत राहतात. तर दुसरीकडे धर्माचा बाजार मांडणारे लोक मानवी नात्यांचे ध्रुवीकरण करण्यात मग्न आहेत. मी (म्हणजे नागरिक) धार्मिक- अध्यात्मिक असेल, पण सत्ता मिळवण्यासाठी राजकारणी लोक माझ्या धर्माचा भावनिक वापर करत असतील तर मी त्यांना तो का करु द्यावा? राजकारण्यांनो- सत्ताधाऱ्यांनो, देशाचा विकास करणे, नागरिकांना विज्ञानवादी बनवत त्यांच्या आयुष्यात समाधान निर्माण करणे, रोजगार उपलब्ध करणे, किमान जीवनावश्यक सुविधा निर्माण करणे, आरोग्य सुविधा पुरवणे, शैक्षणिक दर्जा उंचावणे अशी तुमची कामे आहेत- तुमची ध्येयं असली पाहिजेत. धर्माला धर्माच्या पवित्र जागी राहू द्या. तुम्ही विकासाचे राजकारण करावे. नागरिक जोडण्याचे काम करावे, तोडण्याचे नव्हे, व्देषाचे नव्हे! देशातले लोक हे आधी ‘नागरिक’ आहेत, केवळ ‘मतदार’ नाहीत याचे भान ठेवावे. पूर्वी काही विशिष्ट कारणांनी देशात कुठे जातीय- धर्मिय ताणतणाव वाढला

तर नागरिक जातीयवादी व्हायचे. परंतु जबाबदार सत्ताधारी, लोकांना भाईचारा शिकवित. आता खुद्द सरकारांत सामील लोक, नागरिकांत भेदभाव करतात आणि नागरिक सत्ताधाऱ्यांना भाईचाराच्या चार गोष्टी शिकवतात... कालाय...

आलेल्या सगळ्याच संधींचा पुरेपुर फायदा घेत काही भ्रष्ट प्रवृत्ती माणसांना अधिकृतपणे लुटत राहतात. अशा सर्वदूर बिघडलेल्या गढूळ वातावरणात संवेदनशील माणूस आपल्या कुवतीनुसार सामाजिक काम करत विचार मांडण्याशिवाय- विधायक अभिव्यक्ती आविष्कृत केल्याशिवाय खूप काही करू शकत नाही. भयंकर आणि किळसवाण्या वास्तवाचे फक्त पारायणे करण्यापेक्षा वास्तव उपयोजित आपल्या कलावादी 'सहाव्या सुखा'त गुंतवून घेण्याचा एक प्रयत्न म्हणजे 'संपृक्त लिखाण' हे नियतकालिक.

वाङ्.मयीन नियतकालिके बंद होत असल्याच्या काळात नवीन नियतकालिक सुरु करण्याचे धाडस करीत आहे. आवड असली की सवड मिळते तसे आवड असली की खर्चाकडे पहायचे नसते. ज्या गोष्टीत आपल्याला आनंद मिळतो ते करीत राहणे म्हणजेच प्रगती. हातून साहित्य निर्मिती झाल्यावर लेखकाला जो निखळ आनंद मिळतो तो खरा स्वर्गीय आनंद! केवळ लिखाणच नव्हे, तर इतर साहित्यिकांचेही वेगळे आणि अभिजात साहित्य वाचून असाच निर्भेळ आनंद लेखकाला मिळत असतो. प्रत्येक लेखक स्वतःच्या साहित्य निर्मितीसोबत कायम अशा अभिजात साहित्याच्या शोधात असतो आणि अधूनमधून असे चांगले साहित्य त्याला आस्वादायलाही मिळत असते. अशा प्रथितयश साहित्यिकांसोबत अजून उजेडात न आलेल्या पण कसदार लिहीत असलेल्या नवोदितांतील अप्रकाशित साहित्याचा मोठ्या प्रमाणात शोध घेऊन ते प्रथम प्रकाशित करण्याचे श्रेय घेण्याच्या स्वार्थाने हे नियतकालिक सुरू करीत आहे. म्हणूनच हे नियतकालिक कोणत्याही विशिष्ट भौगोलिक परिसराचे, गटातटाचे असणार नाही. या नियतकालिकात एखादा कळप दिसणार नाही.

कोणत्याही प्रकारच्या चाकोरीबध्द वा इतर मुक्त आविष्कारांत पसरटपणा वा पाल्हाळ नसावे, आशयाची संपृक्तता असावी, असे मत असल्याने या नियतकालिकाचे नाव 'संपृक्त लिखाण' निश्चित करण्यात आले. 'भाषा केंद्र' बडोदा पुरस्कृत 'ढोल' नियतकालिक संपादनाचा मिळालेला आनंद गाठीशी असल्याने गुंतवून घेणे स्वस्थ बसू देत नव्हते. 'ढोल' नियतकालिकाचे 'भारतीय लोकभाषा सर्वेक्षणा'त विलिनीकरण झाल्यापासून अशा एका पर्यायी नियतकालिकाचा विचार करत होतो, पण आर्थिक स्वायत्तता नसल्याने तो पूर्ण होत नव्हता. धाडस करून तो आज साकार होतोय.

मुखपृष्ठावरील 'लिखाण' शब्दाला तांबडा रंग नाही, रक्ताचा रंग आहे. मुखपृष्ठावर ज्या चित्रकाराचे चित्र प्रकाशित झाले ते किरण मोरे ग्रामीण भागातील- अहिराणी पट्ट्यातील एक छोटे शेतकरी असून त्यांचे अद्याप एकही चित्र कोणत्याही नियतकालिकात प्रकाशित झालेले नाही. नियतकालिकाचे निवेदन प्रसिध्द होताच मोठ्या प्रमाणात ईमेलने साहित्य आले. पण समाधान देईल असे साहित्य विरळ. मोठ्या प्रमाणात आलेले साहित्य नाईलाजाने बाजूला ठेवावे लागले. अनेक मित्रांनी साहित्य पाठवले. अनेक सुहृद नियतकालिकाबद्दल फोनवर बोलले. पण लोकनाथ यशवंत, जी. के. ऐनापुरे, सरदार जाधव, दीपक बोरगावे आणि देवानंद सोनटक्के यांनी 'पैशांचे कसे?' हे महत्वाचे विचारले. कारण पैसे असल्याशिवाय अशी हौस भागवता येत नाही, याचे भान या मित्रांनी आणून दिले. म्हणून न मागता मिळालेल्या देणग्या स्वीकारल्या जातील, त्यांचा नामोल्लेख अंकात केला जाईल, असे ठरवले. मात्र देणगी कोणाकडे मागितली नाही. देणग्यांबाबत पहिल्यांदाच इथे लिहीत असल्याने कसा प्रतिसाद मिळतो ते पाहू या. ह्या नियतकालिकाला कोणत्याही मंडळाचे अनुदान मिळाले नाही. कोणतीही संस्था, एनजीओ अथवा व्यक्ती या नियतकालिकाची आर्थिक पाठराखण करीत नाही. (तशी मागणी कोणाकडे केलेली नाही.) नियतकालिकाची वर्गणी (वार्षिक, व्दैवार्षिक, त्रैवार्षिक, आजीव वगैरे) आगाऊ घेण्यात येणार नाही. प्रत्येक अंक त्या त्या वेळी कवी, लेखक, वाचक, प्राध्यापक यांनी थेट (ऑन लाईन) विकत मागवावेत अशी अपेक्षा आहे. अंकाचे मूल्यही उत्पादीत खर्चावर आधारित वाजवी आकारले आहे- यापुढेही कायम वाजवी आकारण्याचा प्रयत्न राहील. (तरीही अनुदानप्राप्त नियतकालिकांपेक्षा या अंकाची किंमत वाचकाला जास्त वाटू शकते. नोशन प्रेसच्या उत्पादीत खर्चानुसार कमीतकमी जी किंमत संगणक दाखवतो, तीच आकारावी लागते.) कवी, लेखक, वाचकांनी अंकाच्या एकापेक्षा जास्त- किमान दोन प्रती तरी मागवाव्या. आपल्यासाठी आणि आपल्या जवळच्या व्यक्तीसाठी एक. अंकाच्या दोनशेपेक्षा जास्त प्रती विकल्या गेल्या तर (उत्पादीत खर्च वगळून) अंकातल्या साहित्यिकांना मानधन देता येईल. फक्त पुस्तकांच्या, प्रकाशकांच्या, साहित्य संस्थांच्या, साहित्यिकांच्या, स्मृतीप्रित्यर्थच्या जाहिराती स्वीकारण्याचा विचार आहे. साहित्यकारांनी आपले निवडक अप्रकाशित साहित्य 'संपृक्त लिखाण'साठी पाठवावे. 'संपृक्त लिखाण'चे स्वरूप अर्धवार्षिक असेल. २०२२ पासून दरवर्षी दोन अंक 'आखाजी' (मे) आणि 'दिवाळी' (नोव्हेंबर) ला प्रकाशित होतील.

- डॉ. सुधीर राजाराम देवरे, संपादक

3

मुखपृष्ठाविषयी

मुखपृष्ठ : किरण मोरे ; चित्र संकल्पना : सुधीर देवरे

चित्रावर भाष्य :

वावरातली पिकं करपत राहतात... बांधावरची झाडं होरपळत राहतात...
भर ऋतूत पक्षी परागंदा होतात... राहती घरं धसत राहतात...
आपण बारमाही.. मंदिरं बांधत.. टाळ्या वाजवत राहतो...
- सुधीर राजाराम देवरे

'संपृक्त लिखाण' साठी साहित्य

कविता, कथा, लघुकथा, अतिलघुकथा, कादंबरी अंश (अप्रकाशित कादंबरी), नाट्यांश, ललित, भाषा, लोकभाषा (बोली, आदिवासी बोली), लोकजीवन- लोकसंस्कृती विषयक, वैचारिक, शैक्षणिक आदी लेख, साहित्य समीक्षा, अभिजात चित्रपटांची समीक्षा, अभ्यास- संशोधन, कला, वेगळ्या फॉर्मचे- कोणत्याही विशिष्ट वर्गीकरणात बसत नसलेले अभिनव फिक्शन, अनुवाद आदी निवडक व दर्जेदार साहित्य 'संपृक्त लिखाण' या नियतकालिकातून प्रकाशित करण्यात येईल. चित्रकारांनी आपली निवडक अमूर्त चित्रे पाठवावीत. योग्य ती चित्रे- रेखाटने नियतकालिकाच्या मुखपृष्ठावर छापण्यात येतील. सर्व प्रकारच्या आविष्कारांत अस्सलता असावी- अभिनव प्रयोग असावा. (फेसबुक वा सोशल मीडियावर आधी प्रकाशित केलेल्या कविता वा असे अन्य लिखाण पाठवू नये.)

'संपृक्त लिखाण' नियतकालिकासाठी पाठवायचे साहित्य 'युनिकोड' फॉंटमध्ये word फाईलीत असलेलेच स्वीकारले जाईल. (अन्य फॉंटमध्ये नको.) साहित्याची मूळ फाईल (ओपन) ईमेलने पाठवावी. (पीडिएफ, लिखाणाची फोटो फाईल अथवा टपालाने आलेले हस्तलिखित स्वीकारले जाणार नाही.) साहित्यावर साहित्यिकाचे नाव, ईमेल आय डी आणि मोबाईल नंबर असावाच. (साहित्य आजच्या प्रमाणित शुध्दलेखनानुसार टाईप केलेले असावे. बोलीभाषेतले लिखाण त्या लोकभाषा परंपरेच्या आचारसंहितेप्रमाणे असावे.)

आपले साहित्य sudhirdeore29@yahoo.com या ईमेलवर पाठवावे. मात्र 'पुस्तकांचे- नियतलकालिकांचे स्वागत' सदरासाठी पुस्तके- नियतकालिके संपादकीय पत्त्यावर पाठवता येतील.

4

भाषा

पोटभाषेची प्राथमिकता

- डॉ. गणेश देवी

मानवी उत्क्रांतीतील कितीतरी गोष्टी अशा आहेत की ज्यांविषयी कोणतेही शास्त्रीय विधान करणे अशक्य बनावे. त्यासंबंधी केवळ ठोकताळे बांधता यावेत, आणि तेही असे की थेट त्यांच्या विरुद्‌धचे ठोकताळेही तेवढेच तर्कशुद्‌ध वाटावेत. भाषा या सामाजिक संस्थेची सुरुवात, तिच्या उद्‌भवाची नेमकी कारणे, तिच्या सुरुवातीच्या जडणघडणीतील घटनाक्रम हे अशा प्रकारचे, उत्क्रांतीच्या ग्रंथातील सुरुवातीच्या व अस्पष्ट अक्षरात लिहिलेल्या पानांप्रमाणे आहेत.

विश्व उत्पन्न होत असताना कोणत्याही प्रकारचा ध्वनी निर्माण झाला होता किंवा नाही, ह्यासंबंधी मत व्यक्त करणे शक्य असले तरीही ते मत सिद्‌ध करणे अशक्य आहे. ईश्वर अपौरुषेय आहे किंवा नाही यावर मत व्यक्त करण्यासारखेच तेही मत केवळ तत्वज्ञानात्मक तर्कसिद्‌धांताच्या स्वरूपाचे राहील. मानवाला, व मानवाआधीच्या इतर प्राणिमात्राला, ध्वनी संवेदन प्राप्त होण्याआधी, ध्वनी निर्माण झाला होता किंवा नाही हेही निश्चित करणे अशक्य आहे. अतींद्रिय अनुभवातून ऐकू येणारा सततचा ध्वनी- अनाहत नाद, आणि स्वरयंत्रातून श्वास तोडून- जोडून बनविलेला ध्वनी हे दोन्ही एकाच प्रवृत्तीचे असतात किंवा नाही हे सांगणेही कठीण आहे. शिवाय अर्थव्यवहारासाठी केवळ ध्वनि नियंत्रणाचाच

मार्ग मनुष्य प्राण्याने का निवडला, डोळ्यांची भाषा विकसित करून किंवा मधमाश्यांप्रमाणे शरीराच्या इतर हालचालीने प्रकाश नियंत्रण करून अर्थ (meaning) - व्यवहार करण्याची क्षमता उपलब्ध असतानाही ती पूर्णपणे विकसित का केली नाही, हे सारे प्रश्न जरी विचारता आले तरीही त्यांची उत्तरे केवळ तर्काच्या पलीकडे नीटशी स्पष्टपणे मांडता येत नाहीत.

ध्वनि नियंत्रणाने संवाद- व्यवहार स्थापन झाल्यानंतर, त्यात उत्क्रांती होत होत जेव्हा अंक व लिपी यांच्या आधारे प्रत्यक्ष ध्वनिमाध्यमाचा उपयोग न करताही अर्थव्यवहार शक्य बनला व अंक आणि लिपी यांचे महत्त्व प्रस्थापित झाले, तेव्हा व त्यानंतर, ध्वनिभाषेचे महत्त्व क्रमशः ओसरले का नाही हेही स्पष्ट करणे जवळपास अशक्य आहे. त्याचप्रमाणे अर्भकाच्या मेंदूमध्ये ध्वनिव्यवस्थेची नोंद करून भाषाकौशल्य आत्मसात करण्याची उपजत शक्ती असण्यासंबंधीचे सिद्धान्त प्रस्थापित झाले असले तरीही लिपीमध्ये गुंतलेले भूमितीचे आकार स्वीकारून बाल्यावस्थेत किंवा प्रौढावस्थेतही लिपी आणि ध्वनी यांच्या परस्परावलंबनाचे नियम स्पष्टपणे मांडणारे सिद्धान्त अजूनही अस्तित्वात नाहीत. शारीरिक हालचालींमधून व्यक्त होणारा अर्थ, ध्वनीमधून व्यक्त होणारा अर्थ, लिपीमधून व्यक्त होणारा अर्थ, या तिन्हींच्या पलीकडे केवळ स्तब्धतेतून अथवा शांततेतून व्यक्त होणारा अर्थ हे सारे भाषेच्या अर्थव्यवहारात समाविष्ट असतात. त्यामुळे 'अर्थ' ही संस्था अथवा पदार्थ नेमक्या कशा प्रकारचा किंवा कशा प्रकारची आहे याविषयीचे निदानही अजून नक्की करता आलेले नाही. त्यासंबंधीचे सिद्धान्तही तत्वज्ञानात्मकच आहेत. अर्थ म्हणजेच भाषा, का अर्थ भाषेपूर्वी आणि भाषेबरोबरही विस्तारलेला असतो, किंवा अर्थ केवळ भाषेतच असतो आणि भाषेचा विस्तार अर्थाच्या विस्तारापेक्षा जास्त विस्तृत असतो, याहीविषयी नेमके काही सांगणे अशक्य आहे.

भाषा हा अनुभव एकाच व्यक्तीच्या आकलनाच्या आवाक्यात असला तरीही भाषा अस्तित्वात येण्यासाठी कमीतकमी सुरुवातीच्या क्षणी एक पेक्षा जास्त व्यक्ती अस्तित्वात असणे जरूरीचे असते. त्यामुळे भाषा ही एक सामाजिक संस्था आहे असे मानण्यात आले आहे. एकदरीत, भाषा अर्थ आहे, पदार्थ आहे, अध्यात्मिक शक्ती आहे किंवा सामाजिक संस्था आहे, किंवा केवळ उत्क्रांतीच्या ओघातील एक शारीरिक प्रक्रिया (physiological function) आहे, अथवा भाषा एकाच वेळी या सर्व गोष्टी आहे, हे सांगता येणे अजूनही शक्य दिसत नाही. आणि या साऱ्या अडचणी, भाषा शास्त्र हे सर्वात प्रगत मानवी शास्त्र असतानाही उभ्या राहतात.

संस्कृती संबधीचा विचार करताना असे एक मत मांडण्यात आले आहे की भाषेबाहेर संस्कृती असू शकत नाही. आकलन किंवा cognition या संबंधी पण असेच मत मांडण्यात आले आहे. अर्थासंबंधीही 'अर्थ भाषेव्यतिरिक्त असू शकत नाही' असे मत प्रतिपादीत झालेले आहे. थोडक्यात, मनुष्याच्या बुध्दीव्यवहारातील प्रत्येक क्षमतेसाठी वेगवेगळ्या संदर्भात भाषा हा सिमारेषात्मक प्रतिशब्द वापरण्यात आलेला आहे. वास्तविक स्वप्ने भाषिक संरचनेची नसतात, तरीही स्वप्नांची भाषा अशी संकल्पना मानसशास्त्र व भाषाशास्त्र स्वीकारतात. इतकेच नव्हे तर ज्या प्राण्यांना विकसित भाषा अवगत नाही अशा प्राण्यांना स्वप्ने पडत नसावीत असाही समज आहे. स्वप्नांचे मूळ स्मृतीमध्ये असते. म्हणजे भाषा नसेल तर स्मृतीही अशक्य आहे असे गृहीतकृत्य आहे. त्याच प्रमाणे प्रेरणा, कल्पना, विवेक इत्यादी बुद्धिव्यवहाराच्या क्षमता भाषेशिवाय अशक्य बनतात असे स्वीकारले गेले आहे. ही गृहितकृत्ये स्वीकारण्यास काहीच हरकत नाही, पण इतर अनेक अनुभव मनुष्यप्राणी आणि इतर प्राणी यांच्यात समान प्रमाणात पहावयास मिळतात व ते त्यांच्या त्यांच्या बुद्धिव्यवहारातील महत्त्वाचा अनुभव आहेत. यात सर्वात मोठा अनुभव भीतीचा. ज्याला इंग्रजीमध्ये vertigo म्हणतात, म्हणजे पुष्कळ उंचीवरून कोणत्याही खोल जागी पडण्याची भीती, तो अनुभव सर्व प्राण्यांत समान प्रमाणात असतो. त्या अनुभवाला फारसे स्पष्ट भाषिक स्वरूप नाही. त्याचप्रगाणे शरीरसंबंधाच्या आकर्षणातून निर्माण होणारी भावना, ज्याला भाषेमध्ये प्रेम किंवा वासना किंवा आकर्षण असे शब्द आहेत, तो अनुभवही मानवाखेरीजच्या प्राण्यांतही असतो. ही दोन्ही विधाने विवाद्य आहेत, पण त्यांची विवादात्मकता भाषेसंबंधीच्या इतर सिद्धांतांच्या विवादात्मकतेपेक्षा जास्त नाही.

फिनॉमेनॉलॉजी, जे आकलनशास्त्रांपैकी एक महत्त्वाचे शास्त्र आहे, त्यात असे मानण्यात आले आहे की मानवाचा विश्वासंबंधीचा अनुभव पसरत सरत जातो व त्यापाठोपाठ तो अनुभव ग्रहण करण्यासाठी भाषेचा व्याप वाढत राहतो. या उलट असेही मानण्यात आले आहे की भाषा ही सामाजिक संस्था क्रमशः प्रगल्भ बनत जाते व त्या प्रमाणात याआधी भाषेत न पकडले गेलेले पण मानवाखेरीजच्या विश्वात अस्तित्वात असलेले अनुभव भाषा ग्रहण करत राहते. वास्तविक असे अनुभवविश्व असते का, हा एक मोठा प्रश्न आहे. त्याचबरोबर लिपीबद्ध न झालेली भाषा, ज्यांचे व्याकरण लिहिले गेले नाही अशी ध्वनी आणि शब्दांची संघटना, ज्यांना मान्यता प्राप्त झाली नाही अशी अर्थव्यवहाराची वळणे, ही सारी 'भाषा' असतात काय, हा ही प्रश्न निरूत्तर राहिलेला आहे. अशा साऱ्यांना

'पोटभाषा' किंवा 'अपभ्रंश' ह्या दालनात ढकलले गेले आहे. वास्तविक ध्वनीच्या अत्यंत गूढ अशा उगमापासून सर्वत्रच्या अस्तित्वापर्यंतच्या पटलावर, मानवी भाषा हा पोटभाषेचाच प्रकार मानावा लागेल. संपूर्ण व्यवहाराच्या शारीरिक, लाक्षणिक व शाब्दिक व्यापारात शाब्दीक भाषाव्यवहार हा संपूर्ण अर्थपटलाची केवळ एक पोटभाषा आहे असे मानावे लागेल. त्यानंतर, अनुभवव्याप्तीच्या सततच्या विस्तार व्यवहारात, भाषेत झखडलेला अनुभव हा अनुभवाची पोटभाषा मानावा लागेल, मानवाच्या संपूर्ण शाब्दिक भाषा व्यवहारात लिपीबध्द व व्याकरणबध्द झालेला भाषांचा मर्यादित व्यवहार हा त्या शब्दभाषाब्रह्मांडाची एक पोटभाषा मानावी लागेल. त्यामुळे ज्याला आपण dialect किंवा पोटभाषा म्हणतो ती म्हणजे प्रमुख भाषेच्या मागे राहिलेली अपूर्ण उत्क्रांती झालेली भाषा असते हा विचार कदाचित संपूर्णतः चुकीचा नसला तरी विवाद्य तरी आहेच.

अशीही कल्पना करता येईल की अनुभव व शब्दभाषा यांच्या सततच्या ओढाताणीत, ती ओढाताण सहन करण्यासाठी एखाद्या विशिष्ट भाषेतील काही घटक कार्यरत असतात, जे त्यांचे भाषा या स्वरूपातील अस्तित्व न गमवता- म्हणजे जे एक व्यक्ती व दुसरी व्यक्ती यांच्यामध्ये कमीतकमी खोट्या चलनी नाण्यांएवढे अदलाबदल करण्यालायक तरी राहतात. भाषेबाहेरच्या अनुभवाशी खेळू शकतात. रुपकात्मक भाषेत सांगायचे झाले तर एखादा अत्यंत गतिमान ग्रह सततचा फिरत असावा पण त्याचे कवच लाव्हाप्रमाणे प्रवाही असावे व तो लाव्हारस त्या ग्रहाशी अत्यंतचा निकटचा संबंध न ठेवताही त्याच्या बरोबरच फिरत रहावा, काहीशी अशी भाषेची गती असते. यात स्पष्ट सुघटित प्रमुख भाषा असते व अर्धघटित पण मुक्त पोटभाषा असते व या पोटभाषेतून भाषेच्या पर्यावरणाबाहेरचा अर्थ व अनुभव सतत प्रमुख व सुघटीत भाषेत येत राहतो.

आतापर्यंत असे मानण्यात आले आहे की एखाद्या भाषेतील वेवेगळ्या बोलींपैकी मात्र राज्यकर्त्यांची बोलीच प्रमुख भाषा किंवा मान्य भाषा बनते. या विचारांपाठीमागे इंग्रजी भाषेतील, लंडनमध्ये बोलल्या जाणाऱ्या Standard English चा ऐतिहासिक अनुभव ठेवला गेला होता. याच प्रकारे विचार केल्यास भारतातील राज्यकर्त्यांची हिंदी, हिंदी भाषेची प्रमुख बोली व्हायला पाहिजे होती, किंवा महाराष्ट्रात राज्यकर्त्या मराठ्यांची बोली प्रमुख मराठी बोली व्हायला पाहिजे होती. या हिंदी व मराठीच्या उदाहरणांवरून असे म्हणता येईल की मान्य भाषा व पोटभाषा यांच्या संबधीचा विचार मात्र इंग्रजीच्या इंग्लंडमधल्या ऐतिहासिक अनुभवावरून तितकासा नीटपणे करता येणार नाही. शिवाय ज्या समाजात किंवा देशात विशिष्ट प्रदेशाची बोली अथवा भाषा न बोलणारे राज्यकर्ते

असतात, किंवा ज्या संस्कृतीमध्ये समाजातील स्वामित्व असणारा वर्ग एकभाषिक नसतो, अशा देशात किंवा संस्कृतीत कोणती बोली पोटभाषा व कोणती बोली मान्य भाषा बनेल यासंबंधी पुन्हा एकदा विचार करणे जरूर आहे.

भाषाशास्त्र व नृवंशशास्त्र जवळजवळ १५० वर्षे एकमेकाच्या आधारावर चालत आली. त्यामुळे पोटभाषा आणि नृवंशशास्त्र ज्याला असंस्कृत मानते असे समाज यांची एक चुकीची सांगड घालण्यात आली. ती बाजूला ठेवून, जर भाषा हा एक ध्वनिप्रकार व इंद्रियनियंत्रणाद्वारे विश्वातील सतत पसरत जाणाऱ्या अनुभवाचे ग्रहण करण्याचा मार्ग आहे, असे मानले तर पोटभाषा ही मान्य भाषेसाठी, त्या ग्रहणशक्तीची आघाडीची हस्तक आहे असे मानणे शक्य होईल. या आघाडीवर नवेनवे अनुभव, नव्या संवेदना व त्याचबरोबर अत्यंत प्राचीनतम स्मृती एकत्र आणण्याची सततची शिकस्त होत असते, व त्यात पोटभाषा स्वतःचे सर्वस्व पणाला लावून प्रमुख भाषेला व मान्य भाषेला अर्थसंवेदनाचे नवे बळ प्राप्त करून देत असतात. जर पोटभाषाच नसतील तर एखादी मान्य भाषा केवळ अर्थविहीन व पुन्हा पुन्हा वापरून थकून गेलेले शब्द या स्वरूपातच शिल्लक राहील. कदाचित व्याकरणाच्या आत्यंतिक शिस्तीमुळे ती भाषा गणितासारखी संकल्पनात्मक प्रगल्भता कमावू शकेल, पण त्यातील शब्दचिन्हे बिनचेहेऱ्याची बनतील. प्रत्येक भाषेला स्वतःचा चेहरा असणे जरुरी भासते, ती भाषा वापरणाऱ्या व्यक्तींना त्या त्या भाषिक चेहऱ्याचा व प्रकृतीचा अभिमान वाटत रहातो. ती भाषा दुसऱ्या, अगदी जवळच्याही, भाषेत विलीन होण्यास तयार नसते. या सर्वांचे कारण, मानवी भाषा व्यवहारातील पोटभाषेची प्राथमिकता हे आहे.

१५ व्या शतकापासून ते आजपर्यंत, जर्मन भाषाशास्त्रज्ञ व तत्त्वचिंतक सर्वात मूळच्या मानवी भाषेच्या शोधात राहिले आहेत. बायबलमध्ये एका बॅबलच्या मनोऱ्याची कल्पना आहे. जेव्हा तो मनोरा तुटला तेव्हा मूळच्या एका भाषेतून अनेक भाषा निर्माण झाल्या अशी ती दंतकथा आहे. या जर्मन भाषाशास्त्रज्ञांना ती मूळची भाषा शोधण्याची नितांत इच्छा राहिलेली आहे. वास्तविक मनुष्यवंशातील प्रत्येक व्यक्ती आपापल्या परीने विश्वाच्या अनुभवाच्या कडा आणि कंगोरे शोधून पाहून त्यातील सत्त्व व सत्य सांकेतिक स्वरूपात ध्वनिबध्द, आणि जमलेच तर लिपीबध्द, करण्याच्या प्रयत्नात आहेत. हा प्रयत्न शतकानुशतके चालत राहिल्यास भविष्य काळातील कोण्या एका दिवशी विश्वातील प्रत्येक व्यक्तीचा इतर व्यक्तींशी व मनुष्यप्राण्याचा इतर योनींशी अर्थपूर्ण संवाद होऊ शकेल. ही प्रक्रिया थांबवणे म्हणजे उत्क्रांतीची नाकेबंदी करण्यासारखे आहे. अशी नाकेबंदी जेव्हा जेव्हा करण्यात येते तेव्हा तेव्हा विशिष्ट चेहऱ्यामोहऱ्याची पोटभाषा घेऊन

अनुभवविश्व धुंडाळण्याची मानवी इच्छा अनेक छुप्या मार्गाने उफाळून येत राहते. संस्कृतच्या दडपणाखाली प्राकृतांचा जो प्रचंड विस्फोट झाला तो, किंवा इंग्रजीच्या दडपणाखाली वेगवेगळ्या मानवी, यांत्रिक व सांकेतिक पोटभाषांचे आंदोलन सुरू आहे ते, असेच प्रकार होत. कन्नड कादंबरीकार यू. आर. अनंतमूर्ति म्हणतात त्या प्रमाणे "भारतीय भाषांचा मूळश्रोत त्या भाषांच्या अंगणात व परसघरात आहे." पण ह्याही पलीकडे जाऊन असे स्वीकारले पाहिजे की मान्य भाषाच्या अस्तित्वाची प्रगतीची गुरुकिल्ली पोटभाषांच्या हाती आहे. भारतीय समाजात आजही अशा असंख्य पोटभाषा तग धरून आहेत आणि गेल्या तीन हजार वर्षांत अखंडितपणे भारतीय संस्कृतीचा प्रवाह वहात ठेवण्याचे महान कार्य या भाषांनी केलेले आहे. प्रवाहाचाच विचार करायचा झाल्यास किनारे म्हणजे मान्य भाषा, व प्रवाहाची गती म्हणजे पोटभाषा. त्यांना न रोखणे, न दुर्लक्षित करणे हे त्या प्रवाहासाठी योग्यच ठरेल.

- डॉ. गणेश देवी

आदिवासी संस्कृतीचे व भाषेचे अभ्यासक

'हिंसा' विशेषांक

'संपृक्त लिखाण' २०२२ चा दिवाळी अंक हा 'हिंसा' विशेषांक म्हणून प्रकाशित करण्याचा विचार आहे. यात प्रत्यक्ष हिंसा, राजकीय हिंसा, परराष्ट्रीय हिंसा, सामाजिक हिंसा, कौटुंबिक हिंसा, भाषिक हिंसा, साहित्यातली हिंसा, मानसिक हिंसा, निसर्गातील हिंसा आदी प्रकारच्या हिंसा अपेक्षित आहेत. साहित्यकारांनी या विषयावरील आपले लिखाण ३१ ऑगष्ट २०२२ पर्यंत पाठवावे. विषय 'हिंसा' असल्याने साहजिकच 'अहिंसे'वरही लिखाण अपेक्षित आहे. संपादकाच्या फोनची वाट न पहाता आपले लिखाण sudhirdeore29@yahoo.com या ईमेलवर पाठवावे.

5

विचारवंत

स्लावोज झिझेक

- डॉ. दीपक बोरगावे

स्लावोज झिझेक (Slavoj Žižek, १९४९) हे मूलगामी बुद्धीमंत आणि कुणाचाही मुलाहिजा न ठेवता परखड आणि सरळ बोलणारे व आगळ्या पद्धतीचे डावे विचारवंत म्हणून ओळखले जातात. ते आजचे आघाडीचे पाश्चात्य मार्क्सवादी तत्त्वज्ञ आणि मानसशास्त्रज्ञ आहेत. एक पब्लिक इन्टलेक्चुअल म्हणून झिझेक यांचा जगभर आज मोठा दरारा आहे. जगभरातल्या अनेक विद्यापीठात, चर्चासत्रे, सिम्पोझिया, कॉन्फरन्स आणि वेगवेगळ्या ठिकाणी त्यांची व्याख्याने आयोजित केली जातात. अनेक उजव्या विचारवंतांशी आणि इतरही बुद्धिमतांबरोबर त्यांनी केलेले डिबेट्स (प्रतिवाद) प्रसिद्ध आहेत. त्यावर विपुल लिहिलेही गेले आहे. डाव्या विचारांचा अगदी वेगळ्या पद्धतीने वेध घेणारे ते समीक्षक आहेत. नव-डाव्या (Neo-Leftism) विचारसरणीचे प्रेषित किंवा मसीहा म्हणूनही त्यांच्याकडे आज पाहिले जाते. म्हणूनच फार मोठ्या स्वरूपात जगातील डावे आणि उजवे दोन्ही विचार प्रवाहातील लोक त्यांच्याशी जोडले गेले आहेत. त्याचबरोबर अनेक जागतिक पातळीवरचे नेते, राजनीतीतज्ञ आणि राजदूत यांचीही त्यांच्याशी सातत्याने चर्चा होत असते.

पर्यावरणशास्त्र, परिस्थितिविज्ञान, प्राणिपरिस्थिती विज्ञान, स्थलविज्ञान, जगामध्ये वाढत चाललेले दारिद्र्य, युद्धजन्य परिस्थिती, सामाजिक, राजकीय आणि सांस्कृतिक क्षेत्रामध्ये वाढत जाणारी अस्वस्थता आणि अशांती, क्रांती- या व अशा अनेक महत्त्वाच्या मुद्द्यांवर झिझेक यांचे विवेचन आज महत्त्वाचे ठरत आहे.

हेगेल (Georg Wilhelm Friedrich Hegel; १७७०-१८३१) या जर्मन आणि झाक लकां (१९०१-१९८१) या फ्रेंच विचारवंतांचा झिझेक सातत्याने उल्लेख करतात. किंबहुना, त्यांच्या विचारांमध्ये या दोन विचारवंतांचा मोठा प्रभाव आहे. झाक लकां हे मानसशास्त्रज्ञ समजायला खूप कठीण आहेत, असे म्हटले जाते. पण झिझेक आपल्याला ते अत्यंत सुलभपणे समजावून सांगण्याचा प्रयत्न करतात. त्यांच्या सादरीकरणात/ भाषणांत अलीकडची इतकी ताजी उदाहरणे येतात की, त्यामुळे बराचसा गुंता समजायला लागतो. याशिवाय फ्रँकफर्ट स्कूलमधील थिओडर अडोरनो (Theodor W. Adorno; १९०३-१९६९) जर्गन हाबरमास (१९२९-), वॉल्टर बेंजमिन (१८९२-१९४०) आणि अजून काही महत्त्वाच्या तत्वज्ञांची ते नीट आणि धीट समीक्षा करतात; विचारमंथन करतात. प्रसंगी या सर्वांची अनेक तत्वे, संकल्पना नाकारून आजच्या वास्तवाला भिडणाऱ्या नव्या गोष्टी मांडण्याचा त्यांचा प्रयत्न असतो. ज्यू आणि ख्रिश्चन समाजातील जोक्स/ विनोद सांगत ते आपले विवेचन अधिक परिणामकारक करतात. पीटरसन या अमेरिकन उजव्या विचारवंताबरोबर झालेला झिझेक यांचा डिबेट प्रसिद्ध आहे.

तत्वज्ञान आणि नीतिशास्त्र, राजकारण आणि विचारप्रणाली (Ideology; विचारसरणी), धर्म आणि कला, साहित्य, भाषा, भाषेचा होणारा वापर, त्याचे अनेक उद्देश, सिनेमा, कार्पोरेट मार्केटिंग, पदार्थविज्ञान शास्त्रातील कॉन्टम सिद्धांत आणि मायाजालप्रधान संगणकीय भासात्मक वास Illusive Reality) आणि अशा माध्यमातून निर्माण झालेल्या प्रतिमा, समस्या-- असे कोणतेही विषय त्यांना वर्ज्य नाहीत. या प्रत्येक विषयावर त्यांचे काहीतरी म्हणणे आहे; नवे विवेचन आणि नवा दृष्टिकोन आहे. वरवर पाहता विचारसरणीचा आणि साम्यवादाचा अंत झाला आहे असे चित्र आपल्यासमोर नेहमी ठेवले जाते. यात वास्तव किती आहे? सत्य किती? डाव्या विचारसरणीच्या आधारे जगभर जी आंदोलने आणि क्रांत्या झाल्या त्या संदर्भात नेमके काय घडले होते? या सर्व क्रांत्या का फसल्या? यांचा पराभव झाला असेल, तर तो का झाला? त्याचा आजच्या जगाशी काही संबंध आहे का? हा संबंध कसा लावता येईल? का नव्या

गोष्टींचा परत विचार करावा लागेल? आज चीनमध्ये भांडवली साम्यवाद आहे (Capitalist Communism); म्हणज हे नेमके प्रकरण काय आहे? लेनिन, माओ आणि विशेषतः स्टॅलीन यांच्याबद्दल आजच्या संदर्भात कोणत्या भूमिका उपस्थित (किंवा अनुपस्थित) आहेत/असाव्यात? आणि कोणत्या स्वीकारार्ह (किंवा अस्वीकारार्ह) आहेत/असाव्यात? वगैरे निडर आणि बेधडक विवेचन झिझेक करतात.

विसावे शतक संपले आहे. विसाव्या शतकातला टिपीकल डावा विचारही संपला आहे. पूर्व-आधुनिकता, आधुनिकता, उत्तरआधुनिकता, जगातील अनेक देशांमध्ये (जिथे जिथे साम्राज्यवादी शक्तीनी आपल्या वसाहती स्थापन केल्या होत्या) आजही अस्तित्वात असलेला उत्तरवसाहतवाद- या व अशा अनेक घटितांचा नवा अर्थ एकविसाव्या शतकात वेगळ्या पद्धतीने लावायला लागेल, असे त्यांचे स्पष्ट प्रतिपादन आहे.

१९६०-१८९० या दरम्यान प्रचलित असलेला डावा विचार, पार्टी पॉलिटिक्स, पॉलिट ब्युरो, किंवा पार्टी लाईन वगैरे गोष्टींचा आज कितपत अन्वय उपस्थित आहे? जगातील कोणत्याही देशातील (विशेषतः तिसरे आणि चौथे जग) स्थानिक प्रश्नांकडे पाहत असताना या सर्वांचा गांभीर्याने विचार करायला हवा, असे झिझेक यांचे आग्रही प्रतिपादन आहे. अलीकडचे एक उदाहरण घेऊया.

गेल्या तीन वर्षापासून या कोविड महामारीने जगाला चांगलेच झोडपून काढले. ही सर्व परिस्थिती अर्थातच भयंकरच अंगावर येणारीच आहे. निश्चिततेच्या बऱ्याच शक्यता... (हे होईल, ते होईल, ते झाले पाहिजे, हे झाले पाहिजे वगैरे...) अशा गोष्टी आपण नेहमी बोलत असतो. पण ते काही खरे नसते. निसर्गही विचित्र वागतो आहे का? का निसर्गालाच काही समजत नाही? क्वांटम थेअरीचे काय? आईनस्टाईन काय म्हणतात?

निसर्गाचे खूप मातेरे आपण केले आहे (हे खरे आहे का?... का अजून काही वेगळे असावे?). पर्यावरणाचे आपण नुकसान केले आहे (हेही खरे आहे का?... का अजून काही वेगळे असावे?). ग्लोबल वॉर्मिंग नावाची गोष्ट तर नक्कीच खरी आहे/असावी. हा धोका आपणच निर्माण केलाय. पण हे biogenetics काय आहे? याचा काही आपल्या अधःपतनाशी संबंध असावा का? नक्कीच असावा. आपण आपलेच अधःपतन करत असतो/राहतो. Covid महामारीत विज्ञानाने आपणांला नक्कीच वाचवले.

PANDEMIC SHAKES THE WORLD या शीर्षकाचे स्लावोज झिझेक यांचे एक पुस्तक अलीकडेच म्हणजे २० मे २०२० रोजी प्रसिद्ध झाले आहे.

हे पुस्तक पॉलिटी या आंतरराष्ट्रीय प्रकाशन संस्थेने प्रसिद्ध केले आहे. या पुस्तकात त्यांनी आज भेडसावणाऱ्या भयंकर संकटाबद्दल विवेचन केले आहे. या आपल्याच पुस्तकाला त्यांनी लिहिलेली चार पानांची प्रस्तावना वाचली.

या पुस्तकात झिझेक या संपूर्ण अनाकलनीय आणि आकलनाच्या पातळीवर घडणाऱ्या अनेक गोष्टींचे मर्मवेधी विवेचन करतात. यातून कोणकोणत्या गोष्टींचा परिणाम होत गेला आणि अजून पुढे काय होऊ शकते? याचे भाकीत त्यांनी या पुस्तकात केले आहे.

या सर्वांचा भयंकर परिणाम म्हणजे आपण या क्षणी राहत असलेले जग प्रेम या कृतीला धास्तावलेले आहे. स्नेह नावाच्या गोष्टींपासून ते दूर पळून जात आहे; परके होत चालले आहे.

जगातील सर्व शासन व्यवस्था अत्यंत क्रूरपणे वर्तन करत आहेत. सार्वजनिक क्षेत्रात गुंतवला जाणारा प्रचंड प्रमाणावरील पैसा हा अचानक कुठे गायब होत आहे? हे समजायला काही अंदाज नाही. टॉयलेट पेपर सारखी अत्यंत स्वस्त आणि सहज उपलब्ध असणारी क्रयवस्तू ही हिऱ्यामोत्यांसारखी महाग का होत आहे? नवउदारमतवादाच्या झुलीखाली दडलेली विचारसरणी हिंस्त्र आणि पाशवी का होत आहे? असे अनेक प्रश्न झिझेक उपस्थित करताना दिसतात. हेगेल आणि मार्क्स यांच्या सक्षम विचारांसारखे सध्या जगाला भेडसावणाऱ्या या महाभयंकर अशा परिस्थितीचे अत्यंत यथोचित विवेचन त्यांनी या पुस्तकात आले आहे.

जर्गन हाबरमास यांनी दोन गोष्टी सांगितल्या आहेत. एक: आपण केवळ नव्या गोष्टी शिकतो असे नाही. आपणाला हेही शिकायला हवे की, आपणाला बऱ्याच गोष्टी या माहीत नाहीत. दोन: अनेक अभेद्य, दुर्बोध किंवा गहन परिस्थितीमध्ये काही कृती करण्यासाठी आपल्यावर सक्ती होते आणि याचे पुढे जाऊन काय परिणाम होतील याची आपणाला एका कणानेही कल्पना नसते.

तसे पाहिल्यास याचा Covid या घटिताशी काही संबंध नाही. किमान येथे काही उपाय योजना तरी उपलब्ध झाल्या. या अभ्यासक्षेत्रातील तज्ज्ञ लोकांनी लसी शोधून काढल्या. करोडो लोकांच्या मृत्यूनंतर जग परत जगत आहे.

पण आर्थिक, सामाजिक आणि मानसिक असे कल्पनेच्या पलीकडचे, माहित नसलेले जे परिणाम झाले त्याचे काय करायचे? नेमके काय घडत आहे? याची आपणांला कल्पना नाही आणि हे आपल्याला माहित नाही. आपल्याला हे माहीत आहे की, आपणांला बरेच काही माहीत नाही (आणि आपण हे मात्र काही स्वीकारायला तयार नाही). आणि "हे माहीत नसणे" (आता सगळ्याच गोष्टी कशा काय माहित होतील? आणि त्या कशाला कोण माहीत करून घेतील? आणि

अशा फंदात कोण पडेल बरे?) हेच मुळात एक सामाजिक तथ्य आहे. आपल्या सामाजिक आणि सांस्कृतिक संस्था कशा कृती करतात? याचेच हे प्रतिबिंब आहे.

या प्रस्तावनेतल्या शेवटच्या चार ओळी भयंकरच आहेत; त्या अंगावर येतात.

'टनेलच्या पलीकडे प्रकाश आहे; / ही टनेल संपल्याची खूण आहे का?

का अजून तिकडून दुसरी एक ट्रेन येत असल्याचा तो प्रकाश आहे? / हे फार भयंकर आहे'

पुढे काय आहे? तिकडून कोण येत आहे का? प्रकाश कोणाचा आहे? काय होणार आहे? हे कळत नाही आपल्याला. नित्सेने (किंवा काम्यूने? कदाचित, मी चुकतही असेल. कृपया ज्यांना कुणाला माहीत आहे, त्यांनी दुरुस्ती करावी) कुठेतरी लिहून ठेवले आहे की, पुढचे जे पाऊल आपण टाकत असतो... ती अंधारातील उडीच असते/असावी.

इथे सगळ्याच गोष्टी कड्यावरून कोसळणाऱ्या आहेत? का अंधारात उडी घेत असताना पायाखाली प्रकाशाची जमीनही लागणार आहे? काही निश्चित आहे की नाही? का काहीही अनिश्चित नाही आणि निश्चितही? मग, हीच गोष्ट निश्चित असावी का कदाचित?

या व अशा अनेक समस्यांचा साकल्याने विचार करणारे झिझेक स्वातंत्र्य आणि स्वतःमध्ये रममाण होण्यासाठी सध्या (गेल्या दोन दशकांपासून) वापरायला भाग पाडणारी भांडवली व्यवस्थाप्रधान टेक्नॉलॉजी (यामध्ये आजच्या सर्वच सोशल मीडियाचा अंतर्भाव करता येईल किंवा करावा लागेल) याची सैद्धांतिक चर्चा नव-मार्क्सवाद आणि मनोवैज्ञानिक शास्त्राच्या आधारे ते करतात.

त्यांची पब्लिक इंटलेक्च्युअल (सार्वजनिक ठिकाणी जाऊन वेगवेगळ्या समस्यांवर प्रबोधन करणे मार्गदर्शन करणे त्यावर परखड मत व्यक्त करणे वगैरे) अशी आज एक ठळक प्रतिमा म्हणूनच झालेली आहे. वादविवादपटू किंवा नीतिशास्त्राच्या अंगाने त्यांनी मांडलेले अनेक तात्त्विक विचार हे विलक्षण आहेत. त्यांची पुस्तके आणि त्यांच्या अनेक टेलिव्हिजन आणि युट्युबवरून सादर झालेल्या भाषणांतून आणि अशा प्रकारच्या विविध कार्यक्रमातून व्यक्त झालेले विचार व तत्वज्ञान हे आजच्या समकालीन राजकीय, आर्थिक आणि जगात निर्माण झालेल्या आजच्या पर्यावरणीय संकटावर प्रकाशझोत टाकणारे आहेत. त्यांचे अलीकडचे पुस्तक Living in the End Times (२०१०) हे या दृष्टिकोनातून विशेष मानले गेले आहे.

डॉ. दीपक बोरगावे

6

कादंबरी अंश

स्वप्नासारखा उजेड

- रवीन्द्र दामोदर लाखे

उदाहरणार्थ मी दिवाणावर झोपलो आहे आणि त्यावरून उतरलो की मी माझ्या फ्लॅटमध्ये नसतो. असतो एखाद्या नदीकाठी आणि तिथे माझी आई कपडे धूत असते. जवळ जवळ फाटायला आलेली साडी आणि इतर आमचे कपडे. ते जरा धडधाकट. बरं त्या आईचा चेहरा माझ्या वडिलांचा असतो नि अंग आईचं. कधी उलट. आई काळजीनं किंचाळुन विचारते, इथं नदीवर कशाला आलास. बुडशील ना. वडिलांचा चेहरा असेल आईला तर ते म्हणतात, जा पाण्यात पण बुडू नकोस. मी प्रथमच गेलेलो होतो नदीवर. पाच सहा वर्षांचा असताना. तर मी म्हणायला लागतो. नदीत पाणी कुठे आहे. कपडे धुण्याएवढं होतं पाणी. पण माणूस बुडण्याएवढं नव्हतं. एकदा स्वप्न वेगळंच पडलं. स्वप्नात मी नदीत उतरतो आणि गटांगळ्या खात असतो. नदीत पाणी तेवढं नसताना. आई घाबरते ती एका जारणमारणवाल्या महाराजांना या स्वप्नाचा अर्थ विचारते. तर ते उग्र वासाचे महाराज म्हणतात. हा मोठेपणी लेखक होईल. हे त्यांचं भाकित खरं ठरलं की मी तो त्यांनी सांगितलेला स्वप्नाचा अर्थ माझ्या डोक्यात ठेवून पुढे लेखक होण्याच्या दिशेने मार्गक्रमण केलं, काय माहित. माहीत असलेलं अर्धमुर्ध नि माहीत नसलेलं अर्धमुर्ध असं दोन्ही एकत्र आलं की फिक्शन का काय म्हणतात ते

तयार होत असावं. तर कदाचित मी लेखक होणं हे सुद्धा फिक्शनच म्हणायचं की. या फिक्शनमध्ये मी सध्या गटांगळ्या खातोय. लेखकाचा पवित्रा सोडता आला पाहिजे. नदीत पाणी कुठं आहे असं मी विचारताना माझ्या लेखक मनात अगदी खोलातून तापी नदीचा आठव वर आला. आता त्या जागेपणीच्या स्वप्नातल्या नदीतल्या पाण्यावरून मी एकदम तापी नदीतल्या पाण्यावर गेलो. हा मधला प्रवास वेगात असतो. हा प्रवास म्हणजे काय असतं? हा प्रवास म्हणजे एक उजेड असतो पण त्या उजेडात दिसत काही नाही. हा प्रवास काय असतो कसा असतो? हे शोधायला हवं.

मी रेल्वेत नोकरीला होतो. क्लर्क म्हणून पण तरीही आम्हा क्लर्क लोकांना भुसावळला ट्रेनिंगला जावं लागायचं. मला एकटेपणाची भिती वाटते म्हणून दोन वेळा टाळलं. या वेळी आलो. एकदा सुटीच्या दिवशी मी भुसावळहून रेल्वे ट्रॅकमधून दुसखेड्याला जात होतो. दुसखेड्याला चाललो होतो ते तिथे कलाकंद का असं काही मिळतं ते आणायला. दुधाचा पदार्थ असतो. उन्हाळा होता. डोक्यावर रणरण होती. मध्येच चप्पल सटकली नि नंगा पाय रेल्वे लाईनवर पडला. बाटाची चप्पल होती. मी बाराही महिने बाटाची चप्पल वापरायचो. लाल तपकिरी रंगाची. एक अंगठा असलेली. तळपायात कल्पनातीत जाळ पेटला. तो सहन करीत पुढे निघालो. रेल्वेलाईनच्या ब्रीजवरून चालतांना, तापी नदीत डोकावलो. नदीत निव्वळ खडक दिसत होते. त्यांचा रंग ना काळा ना निमकाळा ना काळाकुळकुळीत ना राखाडी म्हणजे हल्लीच्या भाषेत ग्रे. पुढे कैंव्हातरी मी आंध्र प्रदेशात गेलो होतो. तिथले खडक तर महाकाय होते. पण सुंदर आणि तिथल्या खडकांचं टेक्श्चर मला प्रेमळ वाटलं एखाद्या आजीच्या हाताच्या खरखरीत स्पर्शासारखं. नदीतले खडक कडक उन्हात चमकत होते. ते चमकणं म्हणजे काळंकोवळं सौंदर्य होतं. एखाद्या सतेज काळ्या कांतीसारखं. मला सुनीताचं अंग आठवलं. काळं. पण बख्खळ बख्खळ अंग. ते दगड मोठमोठे पसरट होते. हा दगड कुठल्या जातीचा वगैरे याचा माझा अभ्यास नव्हता आणि मी पुढेही काही तसा अभ्यास केला नाही. एकाएकी आभाळ भरुन आलं. नुसतंच. गच्च. घट्ट. रेल्वेट्रॅकवर मी एकटा. आजूबाजूला चिटपाखरू नाही. चहूबाजूला नजर फिरवताना सगळं आसमंत वास्ट वास्ट होत गेलं. मी आकुंचन पावत पावत एक बिंदू झालो. काही काळ मी तोंड दिलं त्या वास्टनेसला. मग घाबरून कुठं लपता येतं का पाहिलं. या वास्टनेसपासून आपली सुटका होणार नाही हे लक्षात येऊन मला घाम फुटला. मी त्यानं थकलो. बसलो. ट्रॅकवर. दीर्घ असा श्वासोच्छवास केला. जरा मन स्थिर झालं. पाच एक मिनिटांनी एक मालगाडी आली. ड्रायव्हरने वेग कमी केला. ड्रायव्हर म्हणाला आना है क्या

आगे? इधर मत रुको ये एक डेथ ट्रॅप है. रेल्वेत नोकरी करणा-याना इंग्रजीत बोलायची फार हौस असते. मी त्याच्या डब्यात चढलो. त्यानं माझी चौकशी केली. मी भुसावळला रेल्वेच्या ट्रेनिंगला आलोय म्हटल्यावर गडी आणखी खुलून बोलायला लागला. तो फिर अपनी बिरादरी एक है. दुसखेड्याला पोहोचलो. त्यानं मला अच्छा बाय बाय केलं. त्याचं नाव होतं, शाहिद अमन. शाहिदचं एकत्र कुटूंब होतं. तो म्हणाला मैने एकही शादी की. मुझे मंजूर नही एकसे ज्यादा शादी करना. आपुन आपल्या या एकुलत्या एक बिवीशी एकदम प्रामाणिक आहे. प्रामाणिक शब्द ऐकून नकळत माझ्या चेह-यावर काही भाव आले असतील. मला म्हणाला भाऊ मी मराठी शाळेतच शिकलोय. शाहिद अमन मला खूप आवडला. असं माझं खूपदा होतं की कमी वेळाच्या सहवासात आवडलेलं एखादं माणूस कायमचं हवंसं वाटतं. मालगाडीतून उतरतांना वाईट वाटलं. तर बिरादरीच्या अशा अनुभवाचं काय करायचं असतं? ते नाही माहीत मला. पण भांडवल करायचं नसतं. त्याला त्याची जागा द्यायची असते. त्याला त्याच्या जागी मुरू द्यायचं. शाहिद म्हणाला की इधर रुको मत, ये डेथ ट्रॅप है? मृत्यू पाहिलाय मी पण त्याचा ट्रॅप कळला नाही. ट्रॅप असे आपोआप तयार होत असतात का? यातलं आपोआपपण डिफाईन कसं करायचं? आपोआपपण ही एक प्रक्रिया असते का? ज्या प्रक्रियेत आपण थांबत नाही- ती प्रक्रिया एन्जॉय करत नाही. जन्मलेला माणूस मरणारच. यमदेवच तुम्हाला जन्माला घालतो. कुणी जन्माला आलं तरच यमदेवांना काम ना. नोकरीच ती यमदेव करत असलेलं काम म्हणजे. यमदेवाचं आयुष्य म्हणजे एक प्रक्रियाच म्हणजे एक प्रवासच. पण यमाला मरण असेल का?

शाहिदच्या प्रसंगाला लागूनच घडली म्हणून दुसखेड्याची ही गोष्ट सांगतो. आकाशातलं काळं गेलं होतं. मी मार्केटमधून फिरत असतांना एक अंतयात्रा पाहिली. अंतयात्रेतल्या सर्व माणसांचा वेष काळा होता. ढगाळ. बरोबर ढोल वाजंत्री होती. त्या ढोलवाजंत्रीचा ताल मनात, शरीरात भिनला. मी आपोआप त्या अंतयात्रेत सामील झालो. कुणाची अंतयात्रा वगैरेशी मला काही देणंघेणं नव्हतं. मला त्या तालानं झपाटलं. तिरडीच्या परिसरात मातीचा वास पसरला होता. तो कसा काय तर रस्ताभर एका टेंपोतनं पाणी मारलं जात होतं. तिरडी सजवलेली होती. लोक नाचत होते. जयरामश्रीराम म्हणत. ती अंतयात्रा अख्ख्या गावभर फिरवली. मग स्मशानात पोहोचली. बामण आला होता सर्व विधी झाले. तिरडी सरणावर ठेवण्याआधी तिरडीवरचा माणूस उठून बाजूला झाला. मग नुसती तिरडी जाळली. जणू त्या तिरडीवर एक माणूस आहे. मी चाट पडून बेशुद्ध होईन का काय असं वाटलं. एका आजोबांना विचारलं हे काय असं? याला डेथट्रॅप म्हणतात.

काल्पनिक. ट्रॅप असतो पण डेथ होत नाही. तर पोरा, आमची अशी श्रद्धा आहे. खानदेशी लोकांची की आता जो काल्पनिक माणूस जळेल ना तो वरूणदेवाला पाऊस धाडण्याचा गावक-यांनी केलेला सांगावा पोहोचवील आणि पाऊस पडेल. असा हा श्रद्धाविधी आहे. तुम्हाला पाऊस पाहिजे कारण गावात पाणी नाही, पण मग रस्ताभर असं पाणी मारून पाणी का नासवताय तुम्ही लोक. हे आमच्या प्रथेत येत नाही पण कुणी राजकारणातला आहे त्यानं हे सुरू केलं आणि या प्रथेत ते घुसलं कायमचं. तो राजकारणी माणूस असं म्हणाला म्हणे की मातीचा वास पावसाला बोलवू शकतो. हे राजकारणातले लोक आपली अख्खी संस्कृती बदलू शकतात. अगदी नेमकं बोललात बघा. आजोबांकडे जरा निरखून पाहिलं. नीटनेटके होते कपडे. डोक्यावर नेहरू टोपी, ती पण एकदम स्वच्छ. टोपीची घडी पण अगदी स्पष्ट होती. मी विचारलं, शेतकरी का? तर ते म्हणाले, शेतकरी आणि शिक्षक पण. जिल्हा परिषदेच्या शाळेतून हेडमास्तर म्हणून रिटायर झालो. मी त्यांना विचारलं की श्रद्धा म्हणजे काय? ते शिक्षक हसले म्हणाले की श्रावणातल्या कहाण्या वाचल्यायत का? मी म्हटलं की मला आवडतात त्या. का आवडतात त्या? असं त्यांनी विचारलं. सगळं चमत्कारिक असतं त्या कथांमध्ये. म्हणजे चमत्कार आवडतात तुम्हाला. मी म्हटलं हो कदाचित. म्हणजे चमत्कारांवर विश्वास आहे तुमचा. माहीत नाही. मी एक कहाणी सांगतो. तेवढी सांगितल्यानंतर मी त्या कथेवर काही बोलणार नाही. तुम्हीही काही बोलू नका.

आटपाट नगर होतं. तिथं एक ब्राह्मण राहात होता. सुखात होता. त्याला एक एकुलती एक कन्या होती. कन्या वयात आली पण तिला लग्न करावे वाटेना. तशी लक्षणं तिच्यात दिसेना. ब्राह्मणाला काळजी वाटायला लागली. नक्की हिच्यात स्त्रीत्व आहे की नाही? ब्राह्मणीने आडून विचारलं की काय गं काय विचारय? ब्राह्मणीने पाळी वगैरे येते ना हेही घेतलं विचारून. बरेचदा कन्या सकाळी यायची. तिला विचारलं कुठून येतेयस तर ती म्हणायची मॉर्निंग वॉकवरून. ब्राह्मणाला मात्र संशय आला. एके रात्री ब्राह्मण जागा राहिला. रात्री बाराच्या सुमारास दाराच्या खालच्या फटीतून एक नाग डोकावला. तशी कन्या आनंदून उठली. तिनं हळूच दरवाजा उघडला आणि नागाच्या मागे निघाली. बाहेर पडल्या पडल्या कन्या नागिण झाली. तो नाग आणि ही नागिण एकमेकांना वेटोळे घालत पुढे निघाले. मागे ब्राह्मण. अखेर ते दोघे एका मोठ्या वारूळाशी पोहोचले. चांगलं दीड पुरूष उंचीचं वारुळ होतं. ते दोघे आत गेले. मागोमाग ब्राह्मण आत शिरला. त्या नागानं आत शिरताच मानवी रूप धारण केलं तर ती एक सुंदर स्त्री होती. ब्राह्मणकन्याही मानवी रूपात आली. एखाद्या नवराबायकोच्या जोडी प्रमाणे

ते दोघे नाचू लागले. आता सगळ्या नागलोकांनी मानवी रूप घेतलं होतं. त्या नागलोकांचा कुणी प्रमुख होता. त्यानं ब्राह्मणाला आदरानं जवळ घेतलं आणि एका दगडी आसनावर बसवलं. विचारलं, काय घेणार? ब्राह्मण पुरता बावचळून गेला होता. बावचळून तो म्हणाला, चहा. तर सगळा नागलोक हसला. अहो दूध घ्या. चहा नाही घेत आम्ही. मग पाणी द्या म्हणाला ब्राह्मण. तर परत सगळा नागलोक हसला. तेवढ्यात नागप्रमुखानं एका नागतरूणाला खूण केली. तो नागतरूण गेला आणि आला येताना त्याच्याकडे एक मोठ्ठी प्लेट होती. त्यात एक सुरई आणि चषक होते. नागप्रमुखानं सुरईतला द्रवपदार्थ चषकात ओतला. चषक ब्राह्मणाकडं देताना नागप्रमुख म्हणाला, ही आमच्याकडची प्रसिद्ध वारुणी. घ्या. ब्राह्मणाला काही कळलं नाही, हल्ली ब्राह्मणांना संस्कृत कुठं कळंतय? ब्राह्मणानं तो चषक एका घोटात रिकामा केला. दुसराही चषक एका घोटात रिकामा केला. नागप्रमुखानं त्या नागतरूणाला वारूणी परत न्यायला सांगितली. ब्राह्मण थोडा शुद्धीवर आल्यानंतर नागप्रमुख म्हणाला, ही तुमच्या मुलीबरोबर आली ती माझी मुलगी. या दोघींचं एकमेकांवर प्रेम आहे. आपण लग्न लावून देऊ या त्यांचं. ब्राह्मण चांगलाच शुद्धीवर आला. म्हणाला, अहो हे कसं शक्य आहे? हे अनैसर्गिक आहे. नागप्रमुख म्हणाला, हे शंभर टक्के नैसर्गिक आहे. हा अपवाद असल्यानं तुम्हाला धक्का बसला असेल. खूप मोठ्ठा वाद होऊन अखेर ब्राह्मण तयार झाला. ब्राह्मणाकडचे सगळे आले. आनंदात लग्न झालं. ब्राह्मणकन्येचा त्या वारुळातच निरोप घेतला. ब्राह्मण पत्नी रडू लागली. आम्ही आमच्या समाजात कुठल्या तोंडानं मिरवायचं मुलीचं लग्न झालं म्हणून. तेवढ्यात ब्राह्मणकन्येची जोडीदारीण पुरूष झाली. राजबिंडा पुरुष. नागप्रमुख म्हणाला, चला तुमच्या गावातून वरात काढू दोघांची. वरात गावभर फिरली. लोक म्हणायला लागले, मुलीनं नशीब काढलं हो. ब्राह्मणकन्येची सासरी पाठवणी केल्यावर ब्राह्मण कुटुंब सुखात राहू लागलं. निष्कर्ष: दिसतं तसं नसतं. जे नसतं ते दिसायला एक वेळ द्यावा लागतो, जे दिसेल त्यावर विश्वास ठेवावा लागतो. यासाठी श्रद्धा असावी लागते. जसं ब्राह्मणानं त्याच्या कन्येचं खरं रूप आणि तिच्या प्रेमाच्या निमित्तानं घडलेल्या घटना यावर श्रद्धापूर्वक विश्वास ठेवला.

मी अचानक गुरूजींना विचारलं की डेथ ट्रॅप म्हणजे काय? गुरूजी हसले. जो ट्रॅप नसतो. पण आपल्याला वाटतो. असं बोलून हसले. मघा तुम्ही याच्याबरोबर उलट बोललात. ते फिक्शन होतं. आता तुझ्या प्रश्न विचारण्यात वास्तव जाणून घ्यायचा टोन दिसला. त्या टोनला हे उत्तर. गुरूजी झपझप निघून गेले.

रवीन्द्र दामोदर लाखे, lakheravindra@gmail.com

7
कवी आणि समाज

ग्रेसची सामाजिकता

- डॉ. शशिकान्त लोखंडे

'ग्रेस ची कविता म्हणजे सुंदर प्रियेच्या गळयातील मोहक मौतिक माळ आहे. चाफ्याच्या गंधानं धुंद व्हावं आणि सभोवतालचं जग विसरुन स्वतःत गुंतून पडावं अशी ही कविता आहे. स्वयंघोषित दुःखाचा हा कवी, जे दुःख रंगवतो ते अभावग्रस्त व्यक्तिमनाचे आहे. ते दुःख कबीर- तुकाराम सारखे सामाजिक नाही. "सामाजिक-जाणीव हे ग्रेसच्या कवितेचे केन्द्र नाही. भाषालंकाराचे प्रभुत्व सिद्ध करणारी ही कविता वाचून वेडं व्हावं आणि स्वतःला विसरुन जावं अशी आहे. तरीही कवी 'ग्रेस' आपले 'रुटस्' (मूळे) विसरु शकले नाहीत. लपवू शकले नाहीत. समाजवेदनेचे काटे अंतस्थात रुतूनही ग्रेस मुलाम्याचे गाणे लिहून गेले आहेत. शब्दांचे वैभव जगणारे कवी ग्रेस रुढी-अंजनाचे अस्त्र परजू शकले नाहीत. ती त्यांच्या कवित्वाची 'आत्मरीती' नाही. असे असूनही नेणीवेच्या एका वैचारिक पातळीवर ते खरेखूरे 'माणूस' म्हणून उतरले आहेत. भूमीवर पाय ठेवून. ग्रेस वैयक्तिक दुःखाचा आविष्कार करणारे गूढवादी आणि सौंदर्याकांक्षी कवी आहेत. त्यांनी कोणत्याही कवितेतून कधीही चुकूनमाकून आपल्याच तळागाळातील उद्ध्वस्त माणसाचं, जाती-व्यवस्थेच्या वणव्यात जळून खाक झालेल्यांचं दुःख मांडलं नाही. तथापी त्यांच्या "संध्यामग्न पुरुषाची लक्षणे' (पृ. १६२) मधील

एकबंध त्यांच्या रहस्यापर्यंत नेणारा आहे. हा लक्षवेधी 'बंध' आहे. त्यात ग्रेस आपली सामाजिक-मानसिकता उघड करतात. उदा.

(१). "या वर्ण व्यवस्थेवर या कम्युनिस्ट भाई मंडळीनी कधी एखादे साधे टिपण तरी लिहिले आहे काय? आपली वर्णव्यवस्था ही विश्वातील सगळयात मोठी युनिक गंमत आहे." (२). "मुकुंदराजांपासून ज्ञानेश्वरापर्यंत आणि फुल्यांपासून आंबेडकरांपर्यंत कुठल्याही महापुरुषाचा विचार करायचा असेल तर प्रथम वर्णव्यवस्था आणि धर्मसत्ताक राज्यपद्धती याच क्रमसूत्राने जो अविभाज्य संबंध जोडला त्याचा विचार प्रथम केला पाहिजे. हे एक विशाल, प्रदीर्घ वर्तुळ आहे. म्हणूनच तर आपण याला ब्रह्मघोटाळा म्हणतो. तात्त्विक भूमिका आणि तपशील यांच्यामध्ये बेशरम दंभ आणि बेशरम विसंगती वावरते आहे म्हणून तर हा ब्रह्मघोटाळा! (३). "ह्या ब्रह्मघोटाळयात यादव काळात जी जीवनरीत आखून दिली होती तिचा निःपात करणे संतांना कसे शक्य होते? क्रान्तीची साधने आणि सामग्री त्यांच्या जवळ कुठे होती? त्यांच्या हाती टाळ आणि मृदंगच होते. शस्त्रागार होते राज्यकर्त्याजवळ, त्यामुळे विसोबा खेचर, नामदेव शिंपी, जनाबाई, चोखामेळा आणि त्यांची महार फॅमिली या सर्वांनाच लॉलीपॉप प्रमाणे ज्ञानदेव माऊलींनी गिळंकृत केले. चक्क तो प्रश्न त्यांनी गिळंकृत करून टाकला. सर्वामध्ये परमेश्वर आहे. 'ढेकून मारा, डास मारा' त्यांच्यात परमेश्वर नाही आणि "गायीला वाचवा' तिच्यात परमेश्वर आहे! हँ हँ हँ. (४). "आपल्या ह्या ब्रह्मघोटाळयाने रानडे, आगरकर, फुले आणि आंबेडकर यांनाही गिळंकृत केले. द होल वर्णव्यवस्था वॉज मिस अंडरस्टूट आंबेडकर, ही वॉज नॉट ओन्ली द लीडर ऑफ डाऊन ट्रॉडन्स अण्ड मासेस, ही वॉज चॅम्पियन ऑफ द ह्युमन राईटस्..... (५). आंबेडकरांनीही आपल्या हयातीत सुधारणेचे सर्व उपाय जीवन पणास लावून हिंदू धर्मापुढे ठेवलेच होते. दॅट इज हिज मास कन्व्हर्शन आफ्टर सम्राट अशोक ओन्ली! आंबेडकर अलोन कुड डू धिस मिरॅकल! बाकीच्यांनी हिंदू धर्माच्या सुधारणेचे उपाय सूचवून वैयक्तिक आचरणात हिंदू धर्मातील उणिवांचा फक्त निषेध केला. राहिले मात्र हिंदू धर्मातच! पण आंबेडकरांनी हताश होऊन हिंदू धर्माचा त्याग केला.

ग्रेस आपल्यातील प्रच्छन्न वेदना बोलकी करतात. कलावंताचे स्वराज्य आणि त्यांचा सौंदर्यव्यवस्था मुक्रर करण्याचा जन्मसिद्ध हक्क बजावणारे ग्रेस सामाजिक 'दलितत्त्व' विसरू शकले नाहीत. सच्चा कलावंताला जात, धर्म नसतो.

प्रा. डॉ. शशिकान्त लोखंडे

४

समीक्षा

पारंपरिक नैसर्गिक जाणिवेची कविता

- डॉ. सुधीर राजाराम देवरे

प्रास्ताविक : ना. धो. महानोर यांचा 'वही' हा कवितासंग्रह म्हणजे 'रानातल्या कविता' या संग्रहानंतरचा दुसरा कवितासंग्रह. या संग्रहातही लहानसहान कविताच समाविष्ट झालेल्या असून त्यात बऱ्याचशा गेय अशा गीत प्रकारातल्या कविता आहेत. एकूण साठ कविता समाविष्ट असलेल्या या संग्रहातील कवितांना शिर्षके दिलेली नसून केवळ क्रमांक दिलेले आहेत.

या कवितासंग्रहाला 'वही' हे नाव देण्यामागे विशिष्ट भूमिका असल्याचे लक्षात येते. 'वही' हा एक पारंपरिक लोकआख्यान प्रकार आहे. हा गीत प्रकार मौखिक स्वरूपात परंतु गेयतेने नाल, टाळ, डफ, ढोलकी, झांज, थाळी, खंजिरी, सांबळ, तुणतुणे आदी वाद्यांवर गायला जातो. ताल, ठेका व झील ओढणे हे या प्रकाराचे वैशिष्ट्य असून तो लवचिक यमकबद्ध असतो. एकट्या दुकट्याने नाही तर सामुहिक पद्धतीने वह्या गायल्या जातात. या संग्रहातील बरीचशी कविता 'वही' या लोकपारंपरिक कवितेच्या वळणाने आविष्कृत झाली असल्यामुळे संग्रहाला हे नाव देण्यात आले असावे.

कवितेची वैशिष्टे: कविता क्रमांक २८, ३६, ३७, ४१, ४२, ४३, ४४, ४५ या कविता गद्य मुक्त शैलीतील वाटतात तर कविता क्रमांक ४९, ५२, ५३, ५४, ५७ लावणी

गिते असल्याचे लक्षात येते. उरलेल्या सर्व कविता ओव्या, जात्यावरच्या ओव्या आणि अभंगांच्या रूपात आविष्कृत झालेल्या दिसतात. म्हणजेच ओवी आणि जात्यावरची ओवी यांचा रूपबंध आणि घाट या संग्रहातील बहुतांश कवितांना मिळालेला आहे.

मराठवाड्यातल्या ग्रामीण- शेतकरी बोलीभाषेतल्या या कविता आहेत. नैसर्गिक भाषेमुळे कवितेतले शब्द चित्रदर्शी झाले आहेत. बऱ्याचशा कविता यमक्या असूनही त्यात कारागिरीचा भाग कमी आणि उत्स्फूर्तता अधिक असल्याचे लक्षात येते. ग्रामीण ओवी, जात्यावरची ओवी, अभंग, छंद, गद्‌यात्मक पद्‌य, म्हणजे कथात्मक पद्‌य अशा प्रकारची कविता या कवितासंग्रहात समाविष्ट झालेली दिसते.

अगदी ग्रामीण पारंपरिक मौखिक लोकगितेच आपण वाचत आहोत की काय, इतकी सहज नैसर्गिक भाषा, शब्द, उपमा, प्रतिमा, प्रतीके, अलंकार या कवितेत उपयोजित झालेले दिसतात. कवीचे नाव पुसून टाकले तर ही पारंपरिक लोकगितेच आहेत, असे वाटावे, इतकी साधी आणि मौखिक लोकगितेची लय या वहितल्या गितांनी पकडली आहे.

'वही' नावाचा एक पारंपरिक लोकगितप्रकार आज अस्तित्वात असला तरी तो लोकपरंपरेतल्याच 'ओवी'च्या अपभ्रंशातून उद्‌भवला असल्याचीही एक शक्यता वाटते. सारांश, ना. धो. महानोर यांच्या 'वही' तल्या कविता एक 'वही'च असल्याचे ध्यानात येते.

आस्वाद : आकाराने छोट्या छोट्या अशा या कविता दिसत असल्या तरी त्या संपृक्त अशा स्पर्शिका आहेत. मनाची स्पंदने आहेत. निसर्ग आणि स्त्री विभ्रमांच्या वर्णनाबरोबर, या आडून ही कविता मैथून चित्रणात दंग असल्याचे दिसते. कविता प्रतिकांच्या भाषेत बोलते. शब्दांच्या भुलभुलय्या आणि यमकांची धुंदता यामुळे रसिक संमोहीत होऊन जातो. बऱ्याचशा कवितेत तेच तेच शब्दही आवर्त होताना दिसतात.

पापणी, नितळ, निळे, हळदी, गाणे, वेल्हाळ, गंध, हिरवे, मेघ, गुलहोशी, गुलछडी, पाऊस, चंद्रबन, गोंदण, झाड, पक्षी, न्हाण, रात, रानवारा, पंख, काळोख, चांदणे, तळे, आभाळ, पाणी, ऊन, झिम्मड, फांदी, मोरपंखी, काचोळी, चोळी, पारा, वळचणीवाटा, मेंदी, फुले, नभ, स्वप्न, देह, सांज, बोभाटा, पीक, साळसूद, मोर, रानपाखरे, डोळे, राघू, वाट असे शब्द पुन्हा पुन्हा येत राहतात म्हणून आस्वादनात रसभंग होऊ पाहतो.

मात्र थरकबिथरल्या, गडगहिरे डोळे, धूळधाणी, आषाढबन, चंद्रकला, लाटांधले मन, छेलछबेला, केशरगंध, लाजवाट, हळदिव्या, झुलताझांजरता, राजसझेले, हिसळाले, जडगहिरे पीक, जवानी, मालनवेळी, निळीलखाके, फुलपंखी, दयाघन, शिवार, ऊनसावल्या, थरकली, शहारा, पिसारा, अवकाळी, हिंदळणे, वेटाळणे, काळीजकहाणी, शेजबाज, झावळ, उन्मन, रंगोटल्या, सोनसळी, लुब्रे, हुल, पोरसवदा, अंगलुशी, नाचणभिंगरी, झांजझुलते, शिरताज अशा शब्दांनी कविता नवी, ताजी, टवटवीत, गूढ व वजनदार होताना दिसते. यातील तुरळक शब्द बोलीभाषेला जवळ जाणारे असल्यामुळे आविष्कारात चैतन्य झिरपत राहते.

या कवितेतील विशेषणातही नाविन्य ओतण्यात महानोर यशस्वी झाले आहेत. उदा. सोनसळी फूल, पंखजड कबुतरे, लखलखता देह, अलवार देह, खुला देह, सकवार देह, कोवळी डहाळी (देह), हळदिवा (देह), गुलहौशी डोळे, लखलख तेज, निर्मळ ओठ, दयाघन आभाळ, काळाकुट्ट काळोख, नवे पाणी, निळे स्वप्न, रांगडा संभोग, मनाचा मोर, लक्ष पाकळ्यांचे मन, जांभळे मेघ, काळेकुट्ट मेघ, संथ उन्ह, फांदीवरले उन्ह, जास्वंदी उन्ह, केतकी हात, घनसावळी सांज, रंगपेटली झाडे, नग्न निरागस वेली, झिम्मड वेली, ओल्या वेली अशा प्रकारची कवितेतली वेगळी विशेषणेही आकर्षूण घेतात.

महानोर यांची निसर्गकविता ही अर्वाचीन निसर्ग कविता नाही. निसर्गाला अनुसरणारी व पारंपरिक लोकरचनेला खूप जवळची अशी ही निसर्गकविता आहे. निसर्गाच्या आडून कवीचे 'भावन' कवितेतून आविष्कृत होताना दिसते. ही कविता लहान आहे, अप्लशब्दांत आविष्कृत झालेली आहे, संपृक्त आहे, संश्लिष्ट आहे. शब्दांची मोळी लयबद्ध गीतमय दोरीने करकचून गच्च बांधलेली अशी ही कविता आहे. महानोर रात्रंदिवस शेतात वास्तव्य करणारे आधी शेतकरी आहेत आणि नंतर कवी हे ही या कवितेतून अधोरेखित होते.

कवी लावणीच्या प्रासात गुंतून गेलेला दिसतो. म्हणून या कवितात यमकांबरोबर प्रासांचेही प्राबल्य दिसते. कविता क्रमांक ५१ व ५२ या लावणीवजा कवितात तर तो विशेष आणि खटकेबाजपणे दृगोचर होताना दिसतो. उदा.

राजसा
जवळि जरा बसा
जीव हा पिसा तुम्हाविण बाईऽ
कोणता करू शिणगार सांगा तरी काहीऽ
त्या दिवशी करूनि दिला विडा
टिचला माझा चुडा

कहर भल्ताच
भल्ताच रंगला काथ लाल ओठात
खुळी ही जात... (क्रमांक ५२. पृ. ६०)

बिभत्सता आणि उत्तानपणाचा स्पर्शही न होता नैसर्गिक मिथून अनेक कवितांमध्ये अधोरेखित झालेले दिसते. उदा.

नागीण मैथुनात मग्न
नग्न नागाच्या विळख्यात
स्वस्थ सळसळते
अंगांग सगळे
आसमंत विसरून सुस्त
जडावल्या डोळ्यांच्या प्राणात. (क्रमांक ६. पृ. १२)

कविता क्रमांक ४८ मध्येही पहिल्या वहिल्या मैथुनाचे चित्रण झालेले आढळते. लैंगिकतेतला कोवळेपणा सुचविण्यासाठी कवितेत 'श्रावणातली उन्हे' असा शब्दप्रयोग केलेला दिसतो. कविता क्रमांक २७ मध्ये न्हात्याधुत्या पोरींचे वर्णन आहे. सैरभैर कसरती मनाचे चाळे, शारीरिक मानसिक ओढ आणि तरीही तोल सावरण्याचा प्रयत्न म्हणजे ही कविता.

'वही'तल्या पहिल्या कवितेकडे अजून कोणाचे नीट लक्ष गेलेले दिसत नाही. ही कविता अशी आहे.

रूजे दाणा दाणा / जेष्ठाचा महिना
मातीतला गंध ओला / चौखूर दिशांना
पाखरांचे पंख, आम्हा / आभाळ पुरेना (क्र. १. पृ. १)

या संग्रहातील ही पहिलीच कविता ऐन ज्वानीत आलेल्या 'मी'चे भाषण आहे. आत्माविष्कार आहे. 'आम्हा' या शब्दामुळे ही जाणीव प्रातिनिधिक झाली आहे. ही ज्वानीतली सर्व पाखरे 'प्रथम वयसाकाळी' संभोगोत्सुक आहेत आणि निसर्ग नियमानुसार दाणा रुजवण्यासाठी सज्ज झाली आहेत. म्हणूनच अशा धुंद पाखरांना आभाळ पुरत नाही.

ना. धो. महानोर यांची 'वही'तली बहुतांश कविता मिथुन शिल्पे आहेत. या कवितेची मुख्य जीवन जाणीव मैथुनातच दृगोचर होतांना दिसते. म्हणून 'वही'तल्या कवितांचा प्राण आणि या मैथुनातल्या विविध अवस्था पाहण्यासाठी प्रातिनिधिक अशी तीन उदाहरणे पाहू.

- कसे लपेटून घ्यावे / नवे मेघावी आभाळ

मेंदिगोंदल्या हातांना / हिर्वी बिलोरी भोवळ (क्र.३०, पृ.३६)

- स्पर्श पेटता जिव्हारी / सारे अंग अंग होरी

पाराभरल्या देहाला / घट्ट वेटोळे कस्तुरी (क्र.३४, पृ.४०)

- चंद्रकलेचा पदर उतरता / देहच उरला लेणी

जर्द सोनिया अंगांगाची / राजसवाणी राणी (क्र.४०, पृ.४८)

काही कवितात मात्र जाणीवेपेक्षा कवी शब्दांच्या प्रेमात पडलेला दिसतो. म्हणून नेमके चित्रण होण्याऐवजी आपण शब्दांच्या आवर्तातच गोल गोल गटांगळ्या खात राहतो. उदा.

डोंगरझाक / निळीलखाक / वळसे घेऊन / वळत वळत ह्या

जळात भिजले पक्षी लाख / निळेलखाक (क्र.४१, पृ.४९)

विशिष्ट शब्द आणि 'ळ'च्या प्रासासाठी या कवितेतून काहीही निष्पन्न होत नाही.

आक्षेप : 'वही' संग्रहावर मोजक्याच समीक्षा वाचण्यात आल्या. त्यांचा उल्लेख करणे आवश्यक वाटले म्हणून येथे स्थूल स्वरूपात उद्दत करतो.

आलोचन (मे १९७२): मे १९७२ च्या आलोचनेत 'एक पुस्तक: दोन दृष्टिकोन' नावाचा लेख प्रकाशित झाला आहे. 'आलोचने'ची सूची उपलब्ध न झाल्याने हा लेख कोणत्या समीक्षकाचा ते समजू शकले नाही. या लेखातल्या पुर्वार्धात 'वही'चे गुणविशेष दाखवले असून उत्तरार्धात दोषदिग्दर्शन केले आहे. ही कविता म्हणजे ताजी लयविभोर, नितळ सौंदर्याचा प्रत्यय देणारी, स्त्री देहमनाचे विभ्रम टिपणारी, शृंगारीक उत्कटधुंद, लयमग्नता, रसरसित, जीवंत, ठसकेबाज, सुंदर भावविश्वाची कविता असे या कवितेचे गुणवैशिष्ये टिपलेले आहेत, तर उत्तरार्धात चिंतनशिलतेचा अभाव, अप्रगतीशील, केवळ शृंगारिक रस, उखाणेवजा शब्द आदी दोषारोप केलेले आहेत.

केशव मेश्राम: केशव मेश्राम यांना तर या कवितेतील गुणवत्तेपेक्षा दोषच जास्त आढळतात. निसर्ग माध्यमातून अकृत्रिमपणे मानवी भावनांचा व त्यातही स्त्रीच्या शृंगार विभ्रमांचा वापर या कवितेत झाला असून स्त्री हे ह्या कवितेचे एकमेव लक्ष असल्याचे मेश्राम लक्षात आणून देतात.

स्थलचित्रे, ग्रामचित्रे, रंगचित्रे आणि भावचित्रे यांची अनुभूती या कवितेत असून कवितेत नादमुल्य असल्याचेही मेश्राम यांच्या लक्षात आले आहे. तरीही संपूर्ण कवितासंग्रहात त्यांना केवळ पाच- सहाच कविता उत्तम असल्याचे आढळते. क्रमांक ५९ ही कविता त्यांना एकसंध आशय आणि सूक्ष्म प्रत्ययाची अशी एकमेव कविता वाटते.

कविता क्रमांक १६, ३६, ३९, ४५, ५२, ५६, ५७ व ५८ या कविता शब्दबंबाळ व कृत्रिम असल्याचे मेश्राम यांचे निरिक्षण आहे. धुंद व मदिर शब्द, गिर्रेबाज यमके, पारंपरिक उत्तान शृंगारोत्तेजक वातावरण अशी या कवितांची संभावना करून कविता क्रमांक १७ ही ग्रेस यांच्या कवितेचे तंतोतंत अनुकरण तर कविता क्रमांक २५ ही दि. पु. चित्रे यांच्या कवितेचे अनुकरण असल्याचे मेश्राम यांनी दाखवून दिले आहे. कविता क्रमांक क्र. ५८ म्हणजे हास्यास्पद यमकांची कविता असून ही कविता कवीला सुचली नाही तर कवीने ती बळजबरी पाडली असे मेश्राम यांना वाटते. कवीने प्रचलित चलनी संकेत झुगारले पाहिजेत असेही मेश्राम यांनी सुचविले आहे.

समाज प्रबोधन पत्रिका: (मार्च- एप्रिल १९७२): समाज प्रबोधन पत्रिकेच्या (मार्च-एप्रिल १९७२) च्या अंकातील लेखही नेमका कोणाचा हे कळू शकलेले नाही. या लेखात रान, पाऊस, ऊन, पक्षी, झाडे, मेघ, स्त्री देह आदी गोष्टी महानोरांच्या कवितेचा विषय होतात, असे म्हटले आहे. हीसुद्धा रानातली कविताच असून या संग्रहात ती नीटस व पारदर्शक झाली आहे. निसर्गानुभव, लावणीचा प्रास, खटकेबाजपण, संभोगसूचकता ही या संग्रहातील कवितांची वैशिष्ट्ये नमूद केली आहेत. महानोर यांची काव्यप्रकृती आदिम असल्याने तिला समाज जीवनाची निराकरण रूपे टिपता येत नाहीत, असेही या समीक्षा लेखाच्या लेखकाचे प्रतिपादन आहे.

वा. रा. कांत: महानोर यांच्या 'वही' संग्रहातील कवितेत तरलता, सखोलता व व्यामिश्रता असून शेवटच्या काही कविताच फक्त 'वही' प्रकारात मोडतात म्हणून या संग्रहाला 'वही' हे नाव औचित्यपूर्ण नाही असे वा. रा. कांत म्हणतात.

शेवट : स्वतः ना. धो. महानोर यांनी, सटाणा येथे (आम्ही आयोजित केलेल्या) संमेलनातील अध्यक्षीय भाषणात आपल्या कवितेच्या स्वभावाविषयी प्रतिपादन केले होते. "माझी कविता लोकपरंपरेतून आलेली असून ग्रामीण भागातील लोकगितांवरच माझ्या कवितेचा पिंड पोसला आहे. म्हणून माझ्या काव्यातून लोकपरंपरेला मी कधीही नाकारणार नाही." ही कवीची भूमीका लक्षात घेता 'वही' मधील कवितांना पारंपरिक नैसर्गिक जाणीवेची कविता, असे म्हणताना या

प्रतिपादनातून पुष्टीच मिळते. त्यांच्या कविता लोकगितांच्या रूपबंधातून आविष्कृत होत असल्याचे नुसते निरिक्षणच येथे उद्दत करता येणार नाही तर महानोर यांच्या कवितेचा तो स्थायीभाव आहे, हे स्पष्ट होते.

महानोर यांची कविता शृंगारिक आहे, स्त्रीच्या लैंगिक अवयवांवर घोटाळणारी आहे, स्त्री देहाचे विभ्रम चघळणारी आहे, त्याच त्याच शब्दांतून अर्थवलयांचे फवारे उडविणाऱ्या या कविता आहेत. म्हणूनच या कवितेला मर्यादा आहेत, अशा प्रकारचे आक्षेप समीक्षकांकडून या कवितेवर घेतले जातात, काही समीक्षकांनी तर महानोरांकडून आत्मपर, व्यक्तिगत आणि सामाजिक आशयांच्या कवितांचीही अपेक्षा व्यक्त केली आहे.

कोणताही कलाकार आपल्या पिंड प्रकृतिनेच कला आविष्कार आविष्कृत करीत असतो. कलाकाराच्या जीवन- जाणिवांचे स्पष्ट प्रतिबिंबही त्या कलाकाराच्या कलाकृतीतून दृगोचर होत असते. भावते ते आविष्कृत करण्याची सृजनात्मक उर्मी दाबून जर दखादा कलावंत सामाजिक बांधिलकीच्या नावाने उसना आव आणून कलाकृतीत ती वरून राबवू लागला तर अशा कलावंताच्या हातून 'आविष्कार' नक्कीच निर्माण होईल पण 'कलाकृती' साकारणार नाही.

म्हणून महानोरांना आपल्या निसर्ग साहचर्यातून आणि आपल्या जीवन जाणिवांतून या नैसर्गिक प्रतिमाच आपल्या पिंड प्रकृतीच्या सर्जनातून शृंगारीकतेने भावत असतील तर त्यांनी त्या माध्यमातूनच कलाविष्कार आविष्कृत केला पाहिजे. कोणतीही (लादलेली) बांधिलकी 'कलाकृती'ला मारक ठरू शकते. खरे तर, कलाकारांकडून अशी 'अवास्तव' अपेक्षा व्यक्त करणेच सर्वथा अरसिकपणाचे लक्षण ठरावे.

(डिसेंबर २००० मध्ये लिहिलेला पण अजून अप्रकाशनाला न दिलेला लेख.)

संदर्भः

- वही - ना. धो. महानोर, पॉप्युलर, पहिली आवृत्ती, १९७१
- आलोचना- मे १९७२
- शब्दांगण- (केशव मेश्राम)
- समाज प्रबोधन पत्रिका- मार्च- एप्रिल १९७२
- महाराष्ट्र टाइम्स- १६-७-१९७२ (वा. रा. कांत)

- **डॉ. सुधीर रा. देवरे,** sudhirdeore29@yahoo.com

९

बदलले गाव

गाव : नवे रंग, नव्या जखमा

- डॉ. कैलास दौंड

गावच्या सुपिक मातीला आता नापिकीचे बहर येतांना दिसू लागले आहेत. पहिल्या पावसानंतर येणारा मृदगंध रोमारोमात चैतन्य भरवण्या ऐवजी रोगराईला साद घालत आहे. मात्र तरीही गावातील अस्सल सर्जनाची ओढ काही संपलेली नाही. बदलत्या काळात जग बदलत असतांना गाव बदलणे अगदीच सहाजिक होते. बदल हा तर सृष्टीचा नियमच त्याला अव्हेरून कसे चालेल. मात्र या बदलाला व्यक्तिगत स्वार्थ, नियोजनशून्यता आणि दूरदृष्टीचा अभाव याची कुसंगत लाभल्याने गावाच्या नव्या रंगात नव्या जखमांचे दर्शन सहजच घडू लागले आहे . नवनिर्मितीचा लोभस रंग कायमच माणसाला खुणावत आलेला आहे. उगीचच भाबडेपणाने ' जुने ते सोने' उगाळणे योग्य नसले तरी या 'गाव बदलांचा' मागोवा घेणे हे नव्या पिढीला भान येण्यासाठी आवश्यकच असते.

गाव बदलत असतांना आधी बदलल्या त्या गावच्या वाटा. गावात येणारे पाणंद रस्ते एक बैलगाडी धावू शकेल एवढ्या किंवा त्याहून थोड्या अधिक रूंदीचे असत. या रस्त्याच्या दुतर्फा शेर, बिलाईत, सीताफळ, शेवरी अशी झाडे वाढलेली असत. त्यावरून गुळवेली सारख्या वेली थेट शेंड्यापासून बुडखाकडे लोंबलेल्या असत. अधूनमधून चिंच, आंबा, बोर,भोकर,कवठ, जांभुळ अशा मोठ्या झाडांनी

रस्त्याकडेची ताटी अधिक गर्द केलेली असे. त्यामुळे तिन्ही ऋतूत रस्त्यावर कमी अधिक सावली असे. रस्त्याकडेची झाडे- झुडूपे, त्यात अनाहूतपणे वाढणारे गवत, या सगळ्यांच्या सहवासात रहिवासाला आलेले उंदीर, खार,घूस, मुंगुस, ससा, सरडे, साप असे प्राणी देखील असत. याखेरीज चिमण्या, कावळे, साळूंक्या, भारद्वाज, सुतार, कोतवाल इत्यादी नानाविध पक्ष्यांची रेलचेल असे. अनेक किटक असत, मधमाशा, गांधिलमाशा असत. गावाची खास शेतीनिष्ठ असल्याची ओळख या रस्त्याने गावात येतांना- जातांना सहजच होत असे. गावातुन शेतात जाणारे रस्ते, नदीकाठ आणि मोठे बांध देखील अशीच जैवविविधता टिकवून असलेले होते.

गाव बदलाचा पहिला फटका बसला तो या वाटांना. 'कुऱ्हाडीचा दांडा गोतास काळ' या म्हणी प्रमाणे ज्या वाटांनी सुधारणा आत गावात आल्या त्या सुधारणांनी ती वाटच खाऊन टाकली. गावात वाहने येण्यासाठी रस्ता रूंद झाला. आपोआप त्याकडेची जैवविविधता नष्ट झाली. रस्ते रूंद, मोकळे आणि सरळ झाले. अडचण ठरणारी झाडे तोडली गेली. शेतात जाणाऱ्या रस्त्याचीही हीच गत झाली. जागतिकीकरण आणि बाजारीकरणाची गरज म्हणून अधिक जागेची गरज भासू लागली. त्यामुळे मोठ्या बांधाचा आकार आपोआप निमुळता होत गेला. बांधाचा आकार आकसत असतांना बांधावरील झाडांना नख लावण्यात आले. प्रथमतः त्याच्या फांद्या तोडण्यात आल्या. नंतर ते स्वतःच कसे वाळून जाईल याची व्यवस्था करण्यात आली. जर अपरिहार्यच असेल तर ते झाडं सरळ वर आकाशाकडे तोंड करून कसे निघेल याकडे लक्ष पुरवण्यात आले. त्यामुळे पूर्वी खेड्यात दिसणारी झाडी आता लक्ष वेधून घेत नाही. गावातील झाडी बदलली आहे. रस्ते, नदीकाठ आणि मोठे बांध या ठिकाणची जैवविविधता जवळपास संपल्यात जमा झाली आहे.नदीकाठ बदलल्याने गावच्या नदीला बदलावे लागले. दिवसेंदिवस कमी होत चाललेल्या पावसामुळे नदीला येणारा पूर दुर्मिळ झाला. काही लोकांनी पाण्याच्या शोधात (किंवा हव्यासापोटी) थेट नदीपात्रातच विहिरी खोदल्या. काहींनी अतिक्रमण करत शेतीचे बांध नदीत ढकलले. परीणाम म्हणून नद्या अरुंद झाल्या. किरकोळ खर्च भागवण्यासाठी झाडे तोडण्यात शेतकरीही मागे नव्हते. अर्थातच अवर्षनाची चलती असल्याने पूर येण्याचा संबंध नव्हताच. मग पाऊस आल्यास पाणी सांभाळून ठेवावे म्हणून जलसंधारणाची, बांधबंदीस्तीची गरज वाटू लागली. सरकारच्या मदतीला काही स्वयंसेवी संस्था आल्या. व्यक्तीगत स्वार्थासाठी नदीतील वाळू काढून घेतली गेली.नद्या वाटेल तशा उकरून थेट खडकाला लावण्यात आल्या. नदीचं रूपडं एकदम बदलुन गेलं.

तिला मातकट नाल्याचे स्वरूप लाभले. नदीपात्रातील शेरणी सारख्या वनस्पती नाहीशा झाल्या. नदीला खडकापर्यंत पोहचवण्याचा काही फायदा होतो की नाही समजणे अवघड होते. एकुणच जाहिरातीत वास्तव हरवले होते. त्यामुळे नदीचे रूप शुष्क आणि भयावह दिसू लागले. या नदीला कधी पूर्वीचे वाहते रूप येईल की नाही या बद्दल मन साशंक झाले. कधीकधी चार वर्षातून एखादेवेळी पडणारा दणक्या पाऊस बांध फोडून मार्ग काढतो. तरी नदी नदी वाटतच नाही. एकिकडे बाटलीबंद पाणी पिणारे मुठभर लोक आणि दुसरीकडे नितळ , शुद्ध पाण्याला पारखे असणारे अनेक लोक असं हे द्वंद्व काहीकेल्या संपत नाही.

हे द्वंद्व माती आणि पाण्यासोबतच रोजच्या जगण्यालाही भिडलयं. घर, दुकान, शाळा, दवाखाने काहीच त्यातुन सुटले नाही. बदलत्या काळात माणसांनी आपल्या आकांक्षा पूर्ण करण्यासाठी आपल्या मुलांना इंग्रजी माध्यमाच्या किंवा सेमी इंग्रजी माध्यमाच्या शाळेत घालण्याची तयारी सुरू केली. त्यासाठी आर्थिक झळ सोसण्याची तयारी ठेवली. सहाजिकच पावसाळी मशरूम (कुत्र्याच्या छत्र्या) उगवावेत तशा मध्यम लोकवस्तीच्या गावात अशा शाळा सुरू होऊ लागल्या. संस्कार देणाऱ्या आणि सर्वांसाठी खुल्या असलेल्या गावातील जुन्या शाळा डळमळीत होऊ लागल्या. मात्र इथल्या शिक्षकांनी कंबर कसली. लोकवर्गणी मिळवून शाळांना डिजिटल लुक दिला. संगणकाचा वापर सुरू केला. शाळांना रंगरंगोटी केली. सहाजिकच गावची शाळा बदलली. काही ठिकाणी हा बदल लवकर स्विकारला गेला. मागणी तसा पुरवठा तत्वाने सेमी इंग्रजी माध्यम गावोगावी अवतरले. तर काही ठिकाणी सेमी इंग्रजी माध्यम बंद होऊन पून्हा मातृभाषेतून शिक्षण सुरू झाले. सहशालेय उपक्रमांची संख्या कमी झाली. पुस्तकी ज्ञानाला महत्त्व देणारे शाळा हे केंद्र ठरले आहे. अधिकाधिक मार्क्स पडणे हा हुशारीचा निकष बणत असल्याचे भयावह चित्र समोर उभे राहिले . सदवर्तनाचे मूल्यमापन कागदावर कुठेच दिसेना झाले.' पोथी पढी पढी, जग मे भया न पंडीत कोय। ढाई आखर प्रेम का, पढे सो पंडीत होय॥' या कबीर वचनाचा वापर फक्त क्वचित बोलण्यापुरताच सुरू राहीला. 'या कोवळ्या कळ्यांमाजी / लपले ज्ञानेश्वर, रवींद्र, शिवाजी

विकसता प्रगटतील समाजी / शेकडो महापुरुष.'

हा राष्ट्रसंतांचा विचार ज्यांच्या पचनी पडला त्यांनी मूल्य शिक्षणाकडे मोर्चा वळवला आहे. खेड्यातील शाळेत मूल्यांची रूजवण आणि उगवण चांगली होईल अशी स्थिती होती. जीवनाचे शिक्षण देणाऱ्या या शाळा जीवन शिक्षण मंदिर या नावानेच ओळखल्या जात. आता विद्यार्थ्यांना 'कोवळ्या कळ्या' समजायला

पालकही तयार नाहीत. रोबो सारखी हुशार लेकरे बहुतेकांना हवी आहेत. त्यामुळे या कोवळ्या कळ्यांवर अकाली प्रौढत्व लादले गेलेले आहे. सहाजिकच त्या विकसित होऊन, समाजात शेकडो महापुरुष निर्माण होण्याची वाट पाहणे हे दिवास्वप्न ठरत आहे. गावातल्या शाळांना येणारा कॉर्पोरेट लुक, गावच्या शाळेचे वेगळेपण हरवणारा आहे. मात्र हा बदल कुणी जबरदस्तीने लादलेला नाही हे विशेष!

जगण्याला भिडणारे सगळेच पदर बदलत असतांना सण, उत्सवांनी देखील आपले अस्सल रूप दडवून नवे गैरसणांचे रूप धारण करणे पसंत केले आहे . दिवाळी, दसरा, नागपंचमी, पोळा, गणेशोत्सव, शिमगा अशा गावातील साऱ्याच सणांचे स्वरूप बदललेय. दिवाळी सारखा सण एक दिवसाचा झाला तर इतर काही सण काही तासापुरतेच सण वाटतात. सणाला जोडुन असणारे माणसांना जोडणारे भाव कमी झाले आहेत. शिमग्यातील बोंबाबोंब आणि अश्लील शिव्यांची लाखोली देखील कमी झाली ही चांगली बाब आहे. बैलांची संख्या कमी झाल्याने आता गावात लवकरच ट्रॅकरचा किंवा माणसांचा पोळा भरेल अशी स्थिती आहे. मोबाईल फोन सारख्या अत्याधुनिक साधनांमुळे महिलांचा सासर माहेरातील संवाद सुलभ आणि सततचा झाल्यामुळे नागपंचमी सारख्या सणाला लेकीची माहेराची ओढ पूर्वी इतकी तीव्र राहिलेली नाही. त्यामुळे हा सणही त्याचे सांस्कृतिक अस्तित्व टाकुन देण्याच्या बेतात आहे. निसर्गाला बिलगुन येणारे सण आताशा काहीसे अलिप्त होत येत आहेत. नाही म्हणायला दिंड्या, पालख्या आपले अस्तित्व टिकवून आहेत.

जत्रा- यात्रा देखील बदलल्यात. पूर्वी कावडीचे पाणी आणण्यासाठी दोन ते तीन दिवस जात. आता काही तासात ते येते आहे. आता गावाबाहेर पडणे नित्याचेच झाल्याने गोदाकाठी मुक्काम करणे अनावश्यक ठरले आहे. यात्रेतील प्रसादाची शेरणी, आरती , पालखी अशा प्रसंगात लोक स्वतःच अधिक गर्दी होणार नाही याची काळजी घेत असल्याचे दिसते. पूर्वीचा हौशी हंगामा आता तोंडदेखलेपणाचा होऊन अधिक ओळख त्याला अधिक बिदागी अशा स्वरूपाचा झाला आहे. यात्रेची वर्गणी म्होरके मनाला येईल तितकी वाढवत आणि खर्च करत असल्याने लोक त्रस्त असतात पण दैवताच्या यात्रेची वर्गणी असल्याने पोटाला चिमटा घेऊन ती देण्याकडेच गावकऱ्यांचा कल असतो. मात्र एखाद्याच्या अविचारीपणाने या पैशाचा अपव्यय होतांना दिसला की मन खट्टू होते. बाजारीकरणाने गावोगावी बाजार आणि जत्रा यांची रेलचेल असल्याने गावच्या यात्रेचे आकर्षण देखील काहीसे कमी झालेले आहे.

गावातील कुटूंबाचे स्वरूप बदलून आताशा काही दिवस झाले आहेत. कुटुंबे लवकर विभक्त होताहेत. त्यामुळे आर्थिक जबाबदारी वाढीस लागते अशी एक भावना आहे. घरातील वृद्धांना सांभाळणे खेड्यात महत्त्वाचे समजत असले तरी अनेक ठिकाणी आई एकात आणि वडील दुसऱ्या लेकात, किंवा मुलगा शहरात आणि आई वडील गावात, कधीकधी आई किंवा वडील एकेकटेच गावात असे दृष्य दिसते. जागोजाग कुटुंबे छोटी व एकसंधपणा हरवलेली दिसतात. मात्र आपल्या गरजा भागवू शकतील इतपत ती सावध झालेली आहेत. विभक्त कुटूंब पद्धतीमुळे नात्यांची गुंफण बऱ्यापैकी सैल झालेली आहे. अनेक आई वडील अगतिक असलेले, मुलाबाळांच्या भवितव्याबाबत साशंक असलेले, चिंताक्रांत असलेले बघावयास मिळतात. नाही म्हणायला सरकारी योजनेचे लाभ ज्यांना मिळालेत त्यांनी विहिरी, घरे, कांदाचाळी, गोठे, फळबाग अशा आर्थिक सहकार्य असलेल्या योजनांमुळे कुटूंबाला स्थैर्य दिलेले दिसते. पूर्वी सारखी काड, सरमाड, उसाचे पाचट यांनी शाकारलेली घरे आज सहसा कुठे नजरेस यायची नाहीत. अगदी टिनाच्या पत्र्याची घरेही कमीच आहेत. एक दुसऱ्याच्या मदतीला जाणारी कुटुंबे आहेत नाही असे नाही. परंतू ज्यांनी आपल्याला मदत केली त्यालाच मदत करण्याचे गणित पुष्कळदा त्यामागे असते. ताकावालीलाच ताक देण्याचा हा प्रघात रूढ झालाय.

गावातील माणसामाणसातील संबंधाचे देखील स्वरूप बदललेय. निस्वार्थ भावना कमी कमी होत आहे. फायदा असेल तरच माणसाला जीव लावला जातो. नात्यातील जवळीकतेच्या बाबतीतही असेच घडते आहे. याच खेड्यात पूर्वी चुलत, मावस, मामे, आत्ये अशा संबंधातील नात्यात आपुलकी होती. यापेक्षा दूरच्या नात्यांचीही एकमेकांना माहिती असे. ओळखी असत. लग्न, मृत्यू, आजारपण अशा प्रसंगी ये जा असे. आता गावात मोबाईल टॉवर आलेत, प्रवासाची साधने आलीत. पूर्वी सायकल सुद्धा दुर्मिळ असणाऱ्या लोकांच्या दारासमोर मोटारसायकल उभी आहे. तरी नात्यांचे तळे हळूहळू आटत चाललेले दिसते. या पार्श्वभूमीवर नाती जपणाऱ्या माणसांचे खूप खूप अप्रूप वाटू लागले आहे. एकेकाळी शेतकरी म्हणजे खूप आतिथ्यशील, येणाऱ्या जाणाऱ्या वाटसरूंना पाणी देणारा, भूकेलेल्यांना खाऊ घालणारा असाच सगळ्यांच्या मनात असायचा. आज मात्र वाटसरूच्याच निरागसतेची, निर्मळतेची खात्री देता येत नसल्याने शेतकरी सावध झाला असल्यास नवल वाटण्याचे कारण नाही. लोकांनी किंवा वाटसरूंनी त्याच्या दातृत्वाचा फुकट फायदा घेण्याऐवजी त्याच्या कष्टाची किंमत करायला शिकले पाहीजे. अशी शेतकरी पुत्रांची भावना बनली आहे. अर्थात हे कालोचितच आहे. शिक्षण मिळाले पण रोजगार मिळाला नाही. वाढती बेकारी

गावात फिरते आहे.

गावात शेजारच्या लोकांशी शेताचे बांध किंवा गुरे ढोरे यामुळे कधीकधी वाद होत. त्यातुन अबोला धरला जाई. भावकीतील मानापानावरूनही कधी कधी वाद होत. मात्र गावातील चार लोक ते मिटवण्याचे प्रयत्न करत. संकट काळात लोक आधारासाठी उभे राहत. आता जर शेजाऱ्यांशी भांडण किंवा वाद झाला तर ते लवकर मिटत नाही. त्याला प्रतिष्ठेचा विषय बनवले जाते. क्वचित कधीकधी राजकिय रंग देण्याचेही प्रकार घडतो. एकुणच माणसे खूप सावध झालीत. कुणाच्या उपयोगी पडायचे असले तरी हजारदा विचार करतील. कधीकधी विनाकारण जातीपातीत ठेचकाळतील.

कौटुंबिक कार्यक्रमाचे स्वरूप बदलले आहे. प्रतिष्ठेसाठी खर्च करण्याचे प्रकारही घडत असल्याचे दिसतात. तर समारंभ कमी खर्चात पार पाडावेत असा विचारही जोर धरतो आहे. सामुदायिक विवाह सोहळ्यातील लोकांचा सहभाग वाढतो आहे. गेटकेन नावाची कमी खर्चाची आणि एकाच दिवसात सर्व विधी पार पाडणारी विवाह पद्धती लोकांनी गरज म्हणून स्विकारली आहे. पूर्वीच्या सारखी एकमेकांच्या कार्यात स्वतःहून काम करू लागण्याची रीत अस्तंगत होण्याच्या मार्गावर आहे. सहाजिकच व्यावसायिक केटर्स गाव खेड्यात पोहोचले आहेत. गरज म्हणून गावातील मध्यमवर्गीय शहरातील किंवा निमशहरातील मंगल कार्यालयात विवाह विधी आयोजित करणे पसंत करतात. माणसाला माणसाची किंमत कळण्याचे हे दिवस आहेत.

एकिकडे गाव आणि शहर यामधील भेद संपत चाललाय. आणि दुसरीकडे शहराचे आकर्षण वाढतेच आहे. आपण या खेड्यातील माणसांपेक्षा कोणीतरी वेगळे आहोत. आपण त्यांच्यापेक्षा अधिक सुविधा असलेले जीवन जगणार. अशी गावच्या मुखंडांची धारणा बणली आहे. गावचे कारभारीच गावात राहणे कमीपणाचे समजू लागलेत. ते तालुक्याच्या गावी राहणे पसंत करतात. शहरातून गाव हाकणे त्यांना प्रतिष्ठेचे वाटते. ते गावात येतात ते फक्त ठेकेदार बनुन. रस्त्याची, गटारांची, पाणीपुरवठ्याची व अशी अन्य कामे ते स्वतः कॉन्ट्रॅक्ट घेऊन करतात. किंवा ज्यांनी ते काम घेतले आहे त्यांच्या कानाला लागुन करून घेतात. त्यातच गावा विषयी उत्कट प्रीती भावना असणारे लोकही शहराकडे धावल्यामुळे गावामध्ये असुविधा आणि गैरसोईंचे रान माजले. जे गावातुन पुढे गेले त्यांनी गावाकडे शक्यतो पाहिलेच नाही. ग्रामगीतेने गावाच्या दुर्दशेची कारण मीमांसा करतांना हे आवर्जुन नोंदवले आहे.

'जे जे गावी शहाणे झाले / शक्तीयुक्तींनी पुढे निघाले.

ते सर्व शहराकडे धावले / म्हणोनी माजले रान येथे.‘
मात्र समजून घेईल तो माणूस कसला!उत्तरोत्तर बेफिकीरी वाढते आहे, मनाला अस्वस्थ करते आहे.
हल्ली ज्याला त्याला शहराचे आणि तिथल्या जीवन पद्धतीचे आकर्षण. त्या नादात गावातच शहरीकरण घुसले. जणू ’खेड्याकडे चला‘ हा मंत्र शहराने ऐकुन तेच खेड्याकडे निघाले. घरे, रस्ते, दुकाने, टपऱ्या, गाड्या असे बरेच काही गावात आले. आता शहरी बकालपण गावाच्या वेशीवर आहे. त्याचे स्वागत करायचे की त्याला अव्हेरायचे? हे ठरवण्याची वेळ आली आहे. ’हात फिरे तेथे लक्ष्मी वसे‘ ही ग्रामजीवनाची गुरुकिल्ली. शहराच्या आकर्षणापेक्षा आपले गावच त्याहुन सुंदर बनवणे शक्य आहे. त्या दिशेने गावाची शक्ती वळवण्याचे आव्हान गावासमोर आहे. राष्ट्रसंतांनी तर हा सल्ला खूप आधीच दिलेला आहे.
’हात फिरे तेथे लक्ष्मी शिरे / हे सूत्र ध्यानी ठेवोनी खरे
आपुले ग्रामची करावे गोजिरे / शहराहुनी.‘
आता याच गावाची सवय या पिढीला झाली आहे. त्यांना आधीचा गाव कसा होता हे माहिती नाही. त्याबद्दल जाणून घ्यायला ते उत्सुकही नाहीत. आहे या गावाशी जुळवून घेणे आणि त्यातुन उभे राहणे ही त्याची धडपड. गावात बदल करणे, स्वच्छता राखणे, पाणी पुरवठ्याची सोय करणे, पर्यावरण समतोलासाठी वृक्षारोपण आणि संवर्धन करणे, आरोग्य आणि शिक्षणाच्या सुविधा अद्यावत करणे या गोष्टी महत्त्वाच्या खऱ्या परंतू गावातल्या नव्या पिढ्यांना व्यक्तिगत स्वार्थ्याने घेरले आहे. प्रत्येकाला आपापला स्वतंत्रपणे विकास करावयाचा आहे. माणसांची स्वप्ने बदललीत. ती फक्त त्याच्या पुरतीच मर्यादीत झालीत. एकमेकांच्या विकासाला साह्यभूत झाल्या खेरीज गावचा विकास होणार नाही हे तो समजून घेत नाही. एकुणच नव नव्या बदलासोबतच आता गावातील माणूस देखील बदलल्यातच जमा आहे. गावाच्या नव्या चकचकीत रूपासोबतच नव्या जखमाही भळभळत आहेत. अशा स्थितीत राष्ट्रसंत तुकडोजी महाराज यांचा ग्रामोन्नतीचा विचार कृतीतून गावातील पिढीसमोर ठेवणे हे आव्हानात्मक काम आहे. तो विचार अंगीकारल्या शिवाय ग्रामोन्नतीचा दिवा प्रज्वलित होणार नाही.
’गावा गावाशी जागवा / भेदभाव हा समूळ मिटवा
उजळा ग्रामोन्नतीचा दिवा /दास तुकड्या म्हणे.'

डॉ. कैलास दौंड, kailasdaund@gmail.com

10

कथा

...आणि चौकट पूर्ण झाली!

- लक्ष्मीकमल गेडाम

'सर्व कामं बंद झालेत. शेतीचे कामंही भेटत नाहीत. दोन-चार घरं बांधणीचे काम होते. तं तेही पाण्याच्या दुष्काळामुळं बंद पडलेत. अशा या दुष्काळामुळं आमच्या पोटापाण्यावरही संक्रांत आली. नीरीऽऽ पोटावर हात ठेवून रात जागून काढा लागते. निदानचं आजतरी भेटन मटलं कामंत आजही हात हालवतच घरी चाल्लो. दुष्काळात तेरावा मह्यना म्हणतेत तसीच गत. बायकोची तब्येतही बरी नाही. झाडफुक तरी कुठवर करावं. डॉक्टर बीगर तब्येत बरी होईन असंही वाटत नाही. डॉक्टरकडे जाव तं थे गोळ्या इंजेक्शन फुकट देत नाहीत. आन् देल्ले तरी फुकटच्या औसीदानं आरामही पडत नाही. साऽऽरा इचारच इचार आहे जिवाले.' घरी परत जाणाऱ्या 'सुपड्याच्या' मनात जसे विचाराचे काहूर माजले होते. त्यांच्या मनात उठणाऱ्या या विचार तरंगात पुन्हा एक विचार तरंग उठला. आणि त्याने घरी जाण्याऐवजी त्याचा मित्र शंकऱ्याकडे जाऊन मनातील विचार बोलून दाखविण्याचा निर्णय घेतला.

सुपड्याने शंकऱ्याच्या दारात पाय ठेवला. शंकऱ्याची तरूण बायको कुऱ्हाडीने वाळल्या गवताच्या पेंडीचे तुकडे करीत होती. अंगणाच्या कोपऱ्यात दाव्याला बांधलेल्या गाईला टाकण्यासाठी तो चारा म्हणून उपयोगात येतोय हे स्पष्टपणे

दिसत होतं. गाईसमोर एक पाण्याची बकेटही होती. शंकऱ्याची चार-पाच वर्षाची मुलगी घराच्या खांबाला टेकून उभी होती. दुसरी साधारणपणे दोन वर्षाची मुलगी तिथल्याच वाळलेल्या कडब्याच्या कणीसाबरोबर खेळत होती. कधी ते कणीस तोंडात घालीत होती. घरात शेतकऱ्याचे म्हातारे, आंधळे मायबाप भिंतीला टेकून बसले होते. म्हातारपणामुळेच त्यांना नीट दिसतही नव्हतं. शिवाय जख्ख म्हातारपणामुळे त्यांची कामं करण्याची अंगातील शक्तीही नाहिशी झालीये, असे स्पष्ट दिसत होते. बाहेर गेलेला शंकऱ्या काही तरी घेऊन आला असेल, या आशेने सुपड्यालाच ते शंकऱ्या समजून त्याच्याशी बोलू लागलीत.

"आलास बापा शंकऱ्या! एवढा उशीर काऊन केलास रे दादा?"

...म्हातारे पुढे काही बोलण्याआधी सुपड्याने सांगितले. "काकीही, मी आहो सुपड्या. शंकऱ्या आला नाही वाटते अजून घरी. जरा महत्त्वाचंच बोलाचं होतं त्याच्याशी... पण जाऊ दे, रातच्याले येईन मी पुन्हयादी त्याले भेटाले. चालतो भाभी. पण शंकऱ्याले मी आलो होतो म्हून सांग." शंकऱ्याची पत्नी सोनीला उद्‌देशून तो म्हणाला... आणि चालायलाही लागला.

वाटेत पुन्हा त्याच्या मनात विचारचक्र सुरू झाले. शंकऱ्याची भेट नाही निदान ईशा तरी घरी असनं. तो या घडीले भेटल्याबिगर आता राहणार नाही. जावं का इशाकडे. पण तिथंही परिस्थिती शंकऱ्याच्या घरापेक्षा येगळी नाहीच. इथं निदानची सोनीभाभी कामकाज तरी करते. पण ईशाकडे सीताभाभीतं निरी पाचस्सा महयल्यापासून बिमारच हाये. तिच्याही दवादारूले ईशाजोळ पैसा नाही. तिथंही निरंऽऽ झाडफुंकंवरीचंत काम सुरू हाये. खरंच या परिस्थितीत काई बदल कराचा असनतं गाव सोडण्यावाचून काही खरं नाही. तिकडेच आपल्या बापदादाचा धंदा करून चार पैसे तरी गाठीशी बांधून आणलेच पाहयजे. आणि याच विचारात तो इशाच्या घराजवळ आला.

ईशा घरीच होता. सुपड्याच्या कल्पनेतील चित्र तिथं खरंच वास्तव्याला होतं. अगदी जसंच्या तसंच. ईशाची सात वर्षाची मुलगी स्वयंपाकाच्या तयारीला लागली होती. ईशा तिला मदत करीत होता. सुपड्या तिथे गेल्यामुळे तो पुन्हा त्याच्याजवळ बसून बोलू लागला. सुपड्याने गाव सोडणे किती गरजेचे आहे. हे ईशाला परोपरीने पटवून सांगितले. परंतु आजारी बायकोला सोडून जाणे ईशाला पटत नव्हते. म्हणून ईशा काही केल्या गाव सोडाया तयार होईना. शेवटी निराश होऊन तो घरी परतला.

ही घरं तरी कसली! हा तर गावाबाहेर असलेला हा तांडा. तांडावस्ती म्हणून गावकरी या वस्तीला ओळखायचे. आजपर्यंत या वस्तीतील प्रत्येक घर ताट्या,

पाट्या, पाल, पडदे लावून तयार केलेलं. परंतु येत्या घरकूल योजनेत मात्र त्या तांड्यावर सरकारतर्फे एका खोलीचे सिमेंट कॉंक्रेटचे पक्के घर बांधून मिळणार, अशी लोकमानसात चर्चा होती. एका खोलीचे का होईना पण फुकटात सिमेंट कॉंक्रीटचे घरं या लोकांना मिळणार होते. त्यामुळे ही तांडा वस्ती आनंदात होती. शिवाय गाव सोडून, हा तांडा सोडून जाण्याचा कुणाचाही विचार नव्हता. पण तात्पुरतं पोट भरायला कुठे तरी जाणं भागच होतं. भले भले ते करतात. हाच विचार सुपड्यानेही केला. आणि यात काहीही चुकीचं आपण करीत नाही हे त्याच्या मनाला पटले. आता चार चौघं मिळून जायलाच पाहिजे, त्याच इराद्यानं झपाझप पावलं उचलंत तो घरी आला.

बायकोजवळ मनातील सर्व सल व त्याने योजलेला उपाय बोलून सुपड्या मोकळा झाला. बायकोनेही त्याला दुजोरो दिला. त्यामुळे त्याला धीर वाटला. आणि नव्या उमेदीने तो आता बिरजूकडे गेला. पण तिथे त्याला गोष्टीची सुरूवात कशी करावी तेच कळेना. कारण ईशाकडे त्याला चक्क नकार मिळाला होता. मग बिरजूच म्हणाला.

"सुपड्या, तव्हाचा तू इतकं गोष्टीचं चऱ्हाट लांबोतं. पण तुले काय म्हणाचं आहे ते काही माझ्या लक्षात आलं नाही बॉ! सरळपणे सांगनं, काय इचाराचं हाये तुले?"

लगेच सुपड्या खुलून म्हणाला, "मले हेच मनाचं हाये का... आपून दोघंचौघं मिळून गाव सोडावं. आन् आपल्या बापदादाचा धंदा तिकडे काही दिवस करावं. आपला मूळ धंदाच आपल्याले तारणार असा मले इश्वास आहे. इकडे तिकडे हिंडण्यापेक्षा इदर्भात जावं म्हन्तो मी. कारण इदर्भातले लोकं लयच दयाळू आहे म्हणतेत. तिथं आपलं पोटतं भरनंच, पण चार पैसेही गाठीशी जमतीन. मह्यना दोन मह्यनांनं येऊ वापस. आपल्या घरी-आपल्या कुटूंबात. आनंदानं येऊ... आनंदानं राहू."

"म्हणजे काय बायको पोरं इथसा ठेवून जावाचं म्हन्तं काय रे तू सुपड्या? तसं असनतं तूच एकटा जाय बापा. मी इथंच जमन तसं पोट भरतो. ज्यादिवशी काम मिळालं त्यादिवशी पोटभर जेवीन. ज्यादिवशी काम नाही मिळालं त्यादिवशी बिनकामाचे हात पोटावर घेऊन झोपीन! आरे सुपड्या, मले माही फिकर नाहीरे. पण मथारी आहे घरात. आता तिच्यासीन काहीच काम जमत नाही. आम्ही सगळेजण आमच्या ताटातला एकेक घास देतो तिले. तव्हा तिचं पोट भरते. कव्हा माही मजूरी मिळते. कव्हा सुगंधीची. चालते लेकाचा कसाही आपला संसाराचा गाडा रिकामंपणाची जिवाले तानापाजन करणं मले नाही पटत बा सुपड्या! आन्

तसंही माणसाचं जीवन तरी काय आहे. तेही ऊन सावल्याचाच खेळ आहे नं. जीवनात सुखदुःख येणारच. ऊनसावल्याच्या खेळावानी आयुष्यभर ते आपल्यासंगं लपाछपी खेळणारंच. मंग आपण तरी कायले सावलीच्या मागं धावल्यावनी धावत राहावं. सुखदुःख झेलतच आनंदानं जगावं. मंग अशी जगाची ज्याची तयारी असली त्याले सारं सुखच सुख दिसते सौसारात. नाहीतं जिथं समाधान नाही जिवाले, तिथं दुःखाचे चटके आहेतच. आन् आता हे दुष्काळाचं चित्र काय आपल्याच भागात आहे काय सुपड्या?''

''हो... हो! आपल्याच भागात जास्त आहे. इदर्भात तं 12 महयाने तेरा काळ निर्राऽऽ सुकाळच असतेलं. आन् तिकडंचे लोकंही लयच दयाळू आहेत. अतिथीधर्म पाळाले लयच वस्ताद आहे मन्तेत. तेव्हा पाऊसपाणी पडेपर्यंत निदान महयना दीड महयना तरी इदर्भातच काढू आपण. चाल कर तयारी. लाग कामाले.''

''एवढंच आहेतं तू जाय एकटा.'' ईशा रागानंच बोलला.

''एवढा राग बरा नाही भौ! आरे आपली महयना दीड महयना भटकंती होईन. परमुलूख डोळ्याखालून जाईन. त्यामुळं मुलूखामुलूखातली रीतभात कळते. तेवढंच आपल्या डोक्स्यात ग्यान जमा होते.'' सुपड्या मोठ्या कळवळ्यानं बोलत होता.

''म्हणजे कसंही करून तुले जायाचंच आहेत.'' इशाने जरा रागानेच विचारले.

''मलेच नाही! आपण चौघेही जाणार आहो. मी, तू, बिरजू आणि शंकर्‍या! आपली पूरी चौकट संगती असलेली बरी. त्याबीगर चौकट बरी नाही दिसत. जाऊ तिथं चौघही बरोबरीनंच राहू!'' सुपड्या मनमोकळेपणानं बोलला.

सुपड्याच्या आग्रहाखातीर चौघांनीही आपापल्या सामानाची बांधाबांध केली. आणि त्यांनी आपापले ते गाठोडे डोक्यावर घेतले. काहीशी अनिच्छेनेच पण सुपड्याच्या इच्छेखातर चौघंही निघाले. कुणाहीजवळ रेल्वेचे तिकीट काढायला पैसे नव्हते. त्यामुळे चौघाही तिकीटविनाच गाडीत बसले होते. नव्हे जबरदस्तीनेच पॅसेंजर गाडीत घुसले. गाडीच्या डब्यात संडासजवळच्या जागेवर खालीच आपले गाठोडे घेऊन ते बसलेही. जवळजवळ नागपूर त्यांचा फुकट प्रवास बरा झाला. परंतु टी. सी. ने फुकट प्रवासी म्हणून तिथेच त्यांना उतरून दिले. दंड भरा म्हणू लागले.

''आमच्याजवळ दंड भराले पैसे नाहीत सायेब. हवी ती शिक्षा भोगायला आम्ही तयार आहोत. पण आमच्यावर दंड आकारू नका.'' अशी त्यांनी टी.सी.ला विनंती केली. पण समोरच्याच स्टेशनवर टी.सी. ने त्यांना उतरवून दिले. यामुळे त्यांना काय फरक पडणार होता. जिथे उतरविले, तिथेच म्हणजे त्याच गावात त्यांनी

आपल्या पोटापाण्याची सोय करायचे ठरविले. अमुक एका गावालाच जायला पाहिजे. तिथे आपली वतनदारी आहे. वगैरे असला काही प्रश्नच नव्हता. त्यामुळे कुठेही पोट भरण्याशी मतलब. एवढेच त्याचे मत होते.

उतरलेले गाव होते सावनेर. तिथे ते एका पाटलाच्या पडवीत थांबले. चौघंही पुरूष जात. साधारण पन्नाशीचे वय. त्यामुळे ते लगेच कामाला लागलेत. कंटाळा करण्याचे काहीच कारण नव्हते. त्यांचा सर्व कारभारच सुटसुटीत होता.

लगेच कुणी स्वयंपाकाच्या चुलीसाठी दगडं गोळा केली. कुणी काटक्या, कुणी आणले हंडाभर पाणी, कुणी भाकरी भाजल्या. लवकरच स्वयंपाक करून दोन-दोन घास खाऊन लगेच ते आपापल्या कामाला निघूनही गेले.

जवळ जवळ चार-पाच दिवस याप्रकारे गुजारा करणे सुरू होते. वेगवेगळी सोंगं वेगवेगळ्या वार्डात दाखवून ठरलेल्या वेळी पुन्हा ते पडवीत जमायचे. रात्र तिथेच काढून पुन्हा दिवसा आपला सोंगं दाखविण्याचा त्यांचा क्रम सुरू असायचा. त्यांची सोंगं पाहून बायाबापड्या 2-4 रूपये त्यांच्या हातावर ठेवायच्या. कुणी धान्य द्यायच्या. मुलं त्यांना पाहून खूष व्हायची. त्यांच्या मागे धावत जायची. कधी दरोगा, कधी पोलीस शिपाई, कधी रेल्वे पोलीस, कधी पोस्टमन, कधी भगवान शंकरजी, कधी भगवान श्रीकृष्ण वगैरे वगैरे प्रकारचे ते सोंगं घ्यायचे.

"आता मात्र गावात चर्चेला उधान आले. अरे सोंगं काढून घराच्या उंबऱ्यापर्यंत हे लोकं येतेतं. तिघं-चौघं आहेत. आपल्या घरावर लक्ष ठेवून एखादवेळी संधी साधून थे दरोडाही टाकतील. दिवसं काही बरे राहयले नाहीत गड्या. आता गावोगावच्या बातम्या आपल्या कानावर येतेच ना?... तव्हा आपणही हिफाजतीनं राहयले फायजे. आपल्या बाया पडल्या साध्या सरळ. त्याइले या लोकाईचे डावपेच काय समजणार. जेवढ्या साध्या बाया तेवढ्याच मुलूखाच्या बावळटही. कोणाच्याही सोंगाले भुलणाऱ्या. तेव्हा आपणच लक्ष ठेवून आपलं हित जपलं पाहयजे गड्या!" अशा पद्धतीच्या वेगवेगळ्या वार्डातून चर्चा ऐकू यायच्या.

काही शहाणे म्हणाले, "लक्ष ठेवा त्यांच्यावर. आणि तशी गरजच पडली तर तयारीनिशी राहा. योग्य वेळ आणि योग्य निशानाही साधा. आजकाल सर्व गोष्टी पोलिसांवर सोपवून काहीच साधत नाही. तेव्हा जनतेचीही काही कर्तव्यं असतात. ती कर्तव्य त्यांनी पार पाडून पोलिसांना सहकार्य करावे. आपले रक्षण आपणच करावे." वगैरे वगैरे शहाणपणाच्या गोष्टी सांगितल्या.

साधारणपणे आठवड्यानंतर एका मध्यरात्री पडवीत ते चौघेही थकून झोपले असताना काही जागरूक गावकऱ्यांनी त्यांना बेदम चोप दिला. "आहो, आम्ही चोर दरोडेखोर नाहीये. आमच्या भागात भीषण दुष्काळ पडलाये. म्हणून आम्ही

तात्पुरते पोटं भरायला इकडे आलो आहोत. आमचा बापदादाचा बहूरूप्याचा धंदा आहे. तोच धंदा करून आम्ही पोटं भरतो. हे-हे बघा आमचे गाठोडे. याच्यात फकस्त तुमाले निरनिराळे कपडे दिसतीन. सोंगाड्याचं सामान दिसंन. तुम्ही समजून घ्या, गड्यानो आम्हाले. आमच्याही घरी मथारे मायबाप आहेत. लहान लहान पोरं आहेत. बायको आहे. आम्हीही संसारी लोकं आहोत. इदर्भातले लोकं लयच दयाळू आहेत असे समजले म्हणून आलो आम्ही इकडे. तुमच्या भागात सदा सुकाळ असते मन्तेत. इथंसा अतिथीधरम चांगल्या तऱ्हेने पाळल्या जाते. असंही आइकलं आम्ही. म्हणूनच आलोत राजेहो इथंसा. समजून घ्या आम्हाले. वगैरे वगैरे बोलून हात जोडून ते विनंती करीत होते. परंतु त्यावेळी काही गावकऱ्यांच्या मनात उठलेलं पाप आणि पोलिसांना सहकार्य करण्याची त्यांची भावना-जनजागृती वगैरे वगैरेने झपाटलेले ते गावकरी-हातात पडेल त्या वस्तूने ते चौघेही पडतील त्या कडेवर त्यांना मारत सुटले होते. ऐन गाढ झोपेत असताना अचानक घातलेल्या गोंधळ्यामुळे साराच गोंधळ उडाला होता आणि प्रतिकार करायची त्या बहुरूप्यामध्ये शक्तीही उरली नव्हती. मारल्यामुळे त्यांच्या देहाची नुस्ती चाळणी झाली होती. आणि हाडाचे चूर्ण. "आमच्या घरी तरी कळवा हो कुणीतरी...!"

हात जोडून विनंती करता करताच त्यांचे देह निष्प्राण पडले होते.

केवळ सुपड्याच्या इच्छेखातर पण स्वत:च्या अनिच्छेनेच ते चौघं विदर्भात आले होते. त्यांचे निष्प्राण देह न्यायलाही कुणी नातेवाईक तिथे आले नाहीत. येऊही शकत नव्हते. ना तशी परिस्थिती होती न व्यवस्था होती. सर्वांनी हळहळ मात्र व्यक्त केली होती. खरंच जिथं जाऊ तिथं सोबतीनं राहू, म्हणत त्यांनी आपली चौकट पूर्ण केली होती.

- लक्ष्मीकमल गेडाम

'पुस्तकांचे स्वागत' सदरासाठी आपली पुस्तके संपादकीय पत्त्यावर पाठवावीत.

11

कविता

शोकसभा

मी कधीही काहीही बोललो नाही
माझे अस्तित्व धोक्यात येईल असे.
नाक्याच्या शेंड्याकडे बघून
सरळसोट आयुष्य क्रमित राहिलो.
भारतीय संस्कृतीचा महान
यथार्थ चेहरा दाखवणाऱ्या
खैरलांजी हत्याकांडावर चूप होतो.
चूप होतो गुजरात हत्याकांडावर
मी काहीच बोललो नाही महात्मा गांधीजींच्या खूनावर.
समाज सुधारक बुध्दीजीविंच्या हत्येवर.
चिरतरुण काश्मिर प्रश्नावर... विस्थापनेवर.
मुंबईच्या अभावग्रस्त झोपडपट्ट्यांवर.. असहिष्णुतेवर.
व्हियतनामवर लादलेल्या युध्दावर.
अमेरिकेच्या दादागिरीवर.
मी जगत राहिलो आनंदात जसे जगतात पशूपक्षी
निसर्गानुसार पोर काढलीत, घर बांधलं,
नातवंडात रमलो खूप...
मात्र भूमिका कधीही घेतली नाही

तृप्त डुकरासारखा जगत राहिलो,
आत्ममग्न वगैरे होऊन आपल्यातच.
जसे, सगळेच मरतात
तसा मिही मेलो झोपेतच बिछाण्यावर
शोक सभेत खूप छान बोलले माझ्याविषयी लोक.
सगे.. सोयरे.. यार.. दोस्त.. शेजारी.. पाजारी..
खूपच चांगला माणूस होता म्हणून.
कधीच कुणालाही त्रास दिला नाही..
अडचण झाली नाही यांची म्हणून.
खूपच चांगले बोलले लोक माझ्याबद्दल शोकसभेत.
एका आदर्श माणसाला आणखी काय पाहिजे..?
- लोकनाथ यशवंत

गंगा जमुनेचा निर्मळ संगम

अजुनही
सुखदु:खाचे सारेच उत्सव
येतात हातात हात घालून
गळ्याला गळे येऊन मिळतात
ईद नाताळाला नि शिरखुर्म्याची मिठास
पाझरत जाते
गल्ली महोल्यात गावभर
सलमा भाभीकडून
लक्ष्मीकाकीच्या देव्हाऱ्यापर्यंत
अन् पार्वती म्हणते रहीम भाईला
भाऊबीजेला जरा लवकरच ये
दिवाळीची मिठाई वाट बघते
- वीरा राठोड

तोंड वर करुन सांग...

नवीन काही लिहिलं का? असं विचारल्यावर वाण सामानाची यादी दाखव
कविता, कथा, लेख कोणीही वाचत नाही, त्याऐवजी घरावर, दारावर, पाठीवर
असलीच तर गाडीवर लेखक म्हणून बोर्ड लाव,
वाचता येणारा चार दोन शिव्या हासडेल
पण वाचता न येणाऱ्यांची संख्या बेसुमार असते
त्यांना काहीच न समजल्यामुळं, भर रस्त्यात कुर्निसात घालतील.
कुणीही, कुठंही भाषणाला बोलावलं तर
नाही बोलू नकोस पण भाषणात चुकूनही खरं बोलू नकोस
उद्या महापूर येणार आहे परवा जगबुडी होणार आहे
तेरवा पृथ्वीचं वाळवंट होणार आहे, वृद्धाश्रमांची संख्या वाढणार आहे
मुलींची गर्भातच हत्या होणार आहे, शंभरात नव्याण्णव दलाल असणार आहेत
घरांचा, देवळांचा, शाळेचा, माणसांचा बाजार होणार आहे
सौदा आत्म्याचा होणार आहे, असं बोलणं बंद कर,
त्यामुळं समाजाचं पर्यावरण बिघडतं.
भाषणामध्ये चारदोन शेर त्यावर प्रेमकवितेची फोडणी
दोनचार गोष्टी ऐकवल्या की आपलं भाषण म्हणजे प्रवचन होतं
त्यात संताशी सलगी असली की टाळ्यांच्या संख्येत वाढ होते
हातात चाबूक घेऊन भर बाजारात कपडे उतरवणाऱ्याला लोक
सुळावर चढवतात हे विसरू नकोस.
एवढं सगळं झाल्यावरती तू रस्त्यावरून जाताना
एखादं मुकं जनावर तुझ्याकडं बघून म्हणेल
तुला बोलायचं वरदान दिलेलं तुला लिहायचं दान दिलेलं
तर तू मुका, आंधळा, बहिरा का झालास?
राग अनावर होऊन तो तुला हिजडा म्हणेल
यावर तू तोंड वर करून सांग
बोलायचं आणि लिहायचा मीच ठेका घेतलाय काय?
- सायमन मार्टिन

फेसबुक इंडियात लाँच होताना

हा तुझा चेहरा आहे की नेटावर्स
तू ह्या ब्रह्मांडाला अप्लाय झालेला मुक्तछंद आहेस
लोक चेहरे ड्रॉप करत चाल्लेत
आणि तुझा देश चेहऱ्यांची वाढती लोकसंख्या बनत चाललाय
शहाणपण संतापाचा इंटरव्यू घेताना मी प्रथमच पाहतोय
आयुष्य इंटरेस्टिंग बनवण्याचं तुझं पोटेन्शियल
डिजिटल नृपतींचे विसर्जन
जागांची भूमी बदलतीये, जगाची भूमिका बदलतीये
बॉडी प्रायमरी वे आहेही आणि नाहियेही
रिझनेबल कन्स्ट्रक्शन वादळांचे वाऱ्यांचे
श्वासांनी आभासात रचलेलं
लोक रियॅलिटीचा त्याग करून, व्हर्च्युअल रियॅलिटीत
त्यांचा डिस्टोपिया जगतील?
डोळ्यांना व्हर्च्युअल रियॅलिटीचं ट्रेनिंग मिळून व्हर्च्यूपा करतील ?
ह्या भारतात तुझं स्वागत करताना, मी किती लेवलपर्यंत इनोसन्ट व्हावं ?
आम्ही टीव्हीला लेगलेस मीडिया म्हणायचो
तू तर पायाही आऊटडेटेड ठरवतोय्स
माझ्या इंद्रियांचा करंट फॉर्म शाबूत राहणार नाही
हे तर उघडच आहे
प्रश्न आहे त्यांच्यातील करण्टही फक्त ऑनलाईन होणार का ?
आभासी दुनियेत सुलतान होणारे लोक
खाजगीत मात्र बुरख्याचा आग्रह धरतात
तुझ्या मेटॅव्हर्समध्ये मी स्वतःचे विसर्जन करणार नाही
पण मेजॉरिटी जर तुझ्यात विलीन होत गेली तर
मी करायचं काय?
माझी साधना सुदैवानं अजूनही व्हर्चुअल झालेली नाही
पण माझी साधनं व्हर्च्युअल होऊ शकतात
अख्खी आकाशगंगा डिजिटली हॅक होऊ शकते

प्रश्न इतकाच माझा हा साडेपाच फुटी देह
ट्रान्सडिजिटल करण्याचा माझा चान्स किती?
बाकी मांस शाबूत ठेवून
डीजी डान्स करण्यात मी निपुण आहे
तू असंही म्हणू शकतोस
श्रीधर तिळवे नाईक अंतिमतः इंडियन आहे

- **श्रीधर तिळवे नाईक** (नेट : रिलेशन ह्या अप्रकाशित फाईलीतून)

एक कविता-

तू कधीचा वाट पाहतोयस,
मी खऱ्याची वाट सोडून
धादान्त खोटं बोलायला लागेन.
मीही, तू चांगुलपणाची पिंक टाकून
हात वर करून
मोकळा होशील कधीतरी
अशा भ्रमात जगतेय
नाही नाही म्हणता
पुलाखालून बरंच पाणी वाहून गेलं.
मी माझा सच्चेपणा
आणि तू तुझा भलेपणा
ज्याला देण्यासाठी जपला,
कडोसरीच्या पुरचुंडीत
ते रोपटं एकच आहे
हेही आपण विसरून गेलो.
- सुजाता महाजन, शिकागो

कविता

जाणीव नेणीवेच्या
सीमारेषेवरचा खेळ
मेंदूत चालत राहिलाय दररात्री
आणि आधीच आठवणींचं
ओझं वाहून थकलेला मेंदू
आणखी थकत चाललाय
आता या उतारवयात

माझ्या हातात यावर
कोणताच उपाय नाही
कदाचित कोणताच उपाय
मी करूही इच्छित नाही
इतकी त्याची सवय होऊन गेलीय !

डोळे मिटले की
खेळाला सुरूवात होते
तशी कोणतीच
तयार संहिता नसताना
पण अक्षरशः रंगत जातो खेळ
विविध रसांचा होत जातो अविष्कार
ज्यात मी बुडत जातो आकंठ
एका वेगळ्याच नशेत
कधी सरकत जाते रात्र
काहीच कळत नाही

आणि जेव्हा उगवतो नवा दिवस
तेव्हा यातलं फारच पुसट
अगदी धुसर आठवत राहतं

थकलेल्या मेंदूला पुन्हा
नवा भ्रामक तजेला येत जातो
तो विसरून जातो थकवा
आणि आयुष्य आणखी एका
दिवसानं संपलेलं असतं

मला माहितीय अशाच
एखाद्या रात्रीच्या खेळानंतर
मेंदू अपार थकून गेला असेल
आणि नवा दिवस उगवला नसेल !
- प्रमोद मनोहर कोपर्डे

कमाय डाटा

पाड्यावर.. ढाण्यावर... तांड्यावर... खोपटावर...
भेटलेली ती... पायवाटा तुडवणारी
रानावनात धडपडणारी
वाऱ्यागत सुसाट भिरभिरणारी...
गोंदण नक्षी कोरणारी
डोईवर टोपली, कडेवर लेकरू
शाळेच्या उंबरठ्यावर
नि:स्तब्ध ती... डोळ्यात पाणी
ओठात जम बकी गात, हुंदक्याचा ताल सावरणारी
ढोर मेहनत करून मला ही शिकवून जाणारी
कमाई डाटा कमाई डाटा
(कोरकू शब्दांचे अर्थ: कमाई डाटा - काम करा, जम बकी - रडू नकोस)
- मंदा माणिकराव नांदूरकर

माणसं साफ करायला हवीत

तू आज असतास
तर कधीच विरघळून लावली असती वीट तुझ्या खालची
प्रधानानं कधीच लावला असता वुभ्यान घोडा तुला
ड्युटी ऑफिसर लंपटानं
अशी काय हलवली असती शेपूट
अन् ठेवला असता तुला गुंडाळून तो वजीर
अन् तू नामधारी राष्ट्रपती
सरसकट साऱ्या इमानदारांनाच
डकवत बसला असतास वटवाघळसारखा वूलटा
अन् तुझ्या फोकदाऱ्या
सांगत सुटला असता तो
रिचवत गेला असता
तुझ्या नावावर त्याचं खातं
अन् तू बावळट झाला असतात त्यांच्या पापाचा धनी
हातपाय स्वालने बांधून
त्यांनी तुला दिला असता ओसाड माळरानात फेकून
जिथं कोणत्याही फॉरेस्ट ऑफिसरने घेतले नसते कष्ट
गाडीतून वुतरून चौकशी करण्याचे
तुझ्या नर्डीला पडली असती कोरड
न्याय समता बंधुता करत करत
कापल्या करंगळीवर
फुकट का मुतावचा विचार करणाऱ्या माणसांत
ओ पॉजिटिव्हच्या तुला
धमन्या शिरांसहित हापसून काढला असता
दुभत्या गाईच्या काससारखा

२८ युगे कर कटावर ठेवून
पडली असती तुझ्यावर अँटी करप्शनची रेड
पडला असतास रापकन थोबाडावर
गावभर झाली असती तुझ्या नावाची शी थू
तुला सावरता सावरता
रुक्मिणीने तुझ्या केलं असतं सू साईड
पोरं लागली असती देशोधडीला
कोणतीही जागा वूरली नसती हँग अवूट झोन
अन् तू झाला असतात प्यारानॉईड
झाल्या असत्या तुझ्यावर विभागीय चौकश्या
सगळ्यांत आधी खेचला असता तुला
विटेवरून खाली त्यांनी
अन् दिला असता कुठल्या तरी
माकडाच्या हाती तुझ्या विटेचा काकडा
जो बघून तू बिथरला असतास नखशिखांत
तुझ्या नॉलेजच्या वाजवल्या असत्या
तीन तेरा अन् नवू बारा
विठ्ठला तू बसला असतास
स्वतःला साफ करत
मॅट कोर्ट नावाच्या सरकारी हलेडूलेच्या दरबारात
अर्ध आयुष्य चकरा मारत
अन् न्यायाचा तुकडा
फेकला असता तुझ्या तोंडावर
रिटायर्डमेंटच्या काळात
जो हातात घेवून
तू केवळ मनोरुग्णच ठरणार
कर कटावर ठेवून
विठेवरचा वुभा विठ्ठल न्हवे
माणसंच साफ करायला हवीत
अंतरभाय्य बंदुकिसारखी फुलथ्रोंनी
- बालिका ज्ञानदेव

ती अस्थानी हसते तेव्हा

ती हसते नि सत्ता धोक्यात येते
ती हसते नि हस्तिनापूर जळते
ती हसते नि धरणी दुभंगून जाते
ती हसते नि मांडी कुणाची फुटते
ती हसते नि मग हसतच राहते
ती हसते नि युद्धांना जन्म देते
ती हसते नि नाक छाटून घेते
ती हसते नि कीर्ती बाटून देते
ती हसते नि ज्वाला बनून जाते
ती हसते नि विकटच होत जाते
ती हसते नि इतिहास बदलते
ती असते नि भूगोलाही भंगते
ती हसून सांगीत आली असे भाग पाडू नका रे कुणी
ती हसून सांगीत आली असे अपमानू नका रे जनी
ती हसण्याचा पूर्व शांत ती हसण्याचा अबलख प्रहार
ती हसून पुन्हा शांत ती हसण्याचा उत्तरार्ध संहार
ती वेदामधून हसली ती चिणून ठेली ऋचा
ती उपनिषदी हसली तो पुराणाचा वेचा
ती हसण्याचा सारांश: अरे, मर्यादा उल्लंघिली !
ती हसण्याचा तथ्यांश: अरे, संस्कृतीच बुडाली !
ती हसली तिचे दिसून आले दात, ती हसली तिच्या कराल जबड्यात
ती अस्थानी हसते तेव्हा पिचून जातात इमले
साम्राज्ये कोसळतात आदिशक्तीचे
पाऊल हलते इवले
- संतोष पद्माकर...

सीसीटीव्ही

ही वाणी प्रम्पर्मेश्वरची, ही वाणी साक्षात माझी
नि शंकादुरुस्तीकुस्तीला जागा नाही, जीभमुंडीसकट जाईल कापली
मी करतो सुरुवात आठवण करून त्या प्रम्पर्मेश्वरची
काहीच नव्हते ओनली पोकळी
निराकार प्रम्पर्मेश्वरने फुफ्फुसभरून फुंकर मारली
निर्विकार प्रम्पर्मेश्वरने ब्लीस्फुल डोळे उघडत इस्माइल दिली
जीभ उचलली टाळ्याला लावली
सीसीटीव्ही कॅमेरा इनफायनाईट फौज राहो उभी
सीसीटीव्ही कॅमेरा इनफायनाईट फौज उभी राहिली
फिरण्यात का करावा टायीम खाली म्हणून ही युक्ती केली
इन्फो टेकने प्रम्पर्मेश्वर झाला, सर्वशक्तिमान सर्वसंचारी नि सर्वव्यापी
इथे लागावी हजेरी प्रकाशाची
इंस्टॉलूलागलीत जत्रा कीशॉर्टसॉफ्टहार्डबेबीलूपबॅक-लाइट्सची
प्राणी प्रकटो नि प्रकटो आकाश डोंगर वृक्ष ऑल निडेड आणि प्रकटो पाणी
स्क्रीन वर येवू लागले सारे काही बफरींग रिंग फिरुलागली
ईश्वर खेळत राहिला काही युग फार्म विला मॅनियाकवानी
इरिटेटिंग रिपिटेटीव्ह खेळ खेळून खेळून खेळून खेळून चीड आली
किती फोडल्यात स्क्रीन कितीतरी कोटी कोटी
निर्गुण निराकार प्रम्पर्मेश्वर निर्विकारी, इक्झाम घेत होता स्वतःच्या इमॅजीणेषणची
निराश प्रम्पर्मेश्वर ध्यानस्त झाला नि एक गोष्ट लक्षात आली
मी ईश्वर प्रम्पर्मेश्वर सर्वशक्तिमान इच्छेन गोष्ट जी प्राप्तेन ती
ईश्वर इच्छिला नि बोलाला इथे प्रकटो कल्पनाशक्ती
नि प्रकटली कल्पनाशक्ती एकशेएक मजली
निर्गुणी निराकार प्रम्पर्मेश्वर निर्विकारीला परमानंदाची गुंगी आली
- **महेशलिलापंडित** ('सीसीटीव्ही' ह्या आगामी कविता संग्रहातून)

उंचीवरचा माणूस

मी ऐकून होतो
उंचीवर गेलेला माणूस
एकटा असतो
मी हेही ऐकून होतो
उंचीवर जाणारा माणूस
खूप उंच विचार करत असतो
पण मी अजून हेही ऐकलं की
खूप उंचावरच्या माणसाला
तळाखालचं सगळंच दिसतं म्हणे
आणि अजूनही मी ऐकलं होतंच
अजून उंचीवर गेलेला माणूस
आपला सोडून सतत
इतरांचाच विचार करत असतो
पण मी हेही पहिल्या वेळीच
अनुभवलंय की
उंचीवर गेलेला माणूस
एकटाच रडतोय
आणि सारं जग त्याला हसतंय
लोकशाहीत
उंचीवर जाताही येतं
आणि करता येतं
रडण्याचं नाटकही
पण असा माणूस उंचीवर
गेलेला तर नसतोच!
- अजय कांडर

क्षितिजावर झाले...

चित्रातील ते भाव सारे अमूर्त
जाणून असती स्पंद उत्स्फूर्त
डोळ्यात ठाकलेले निर्बाध मौन
बोलताना लपवती ते ओठ धूर्त. (१)
दवबिंदूंचे स्वातंत्र्य अस्थिर सदा
कालसापेक्ष सूर्यतेजाचा वायदा
परजीवी भाव उद्विग्न अधांतरी
दडपत जाती आपलाच इरादा. (२)
अतृप्त ती पराधीन गिरीशिखरे
हस्तलाघवाला अप्राप्य निखारे
ओढ्याकाठचे गवत फोफावता
अरण्यात भटकवती चकवे सारे. (३)
सारे काजवे उजेडता एकसाथ
पाय ते मोराचे तत्काल अनाथ
झाकता येईनात कुरूप ते पाय
पिसारा मोराचा झडे एकसाथ. (४)
मृगनयनी जणू मृगजळासमान
तीर फेडतो कर्ज, स्तब्ध कमान
नभांगणी ढगांची आयात-निर्यात
वाळूवर सूर्याचे हळूच आक्रमण. (५)
पाढे पंचावन्नचे अव्यक्त सुनसान
चौसष्टच्या पाढ्याचे उसने अवसान
उमलता त्रेसष्टावी पालवी हळूच
क्षितिजावर झाले उषेचे आगमन. (६)

- लखनसिंह कटरे

अजगरासारखी संथ पसरलेली दुपार.....

मला झोप येत नाही, सततची ठकठक येते कानावर
स्लॅबची बांधणी ठोकणारे मजूर उसंत घेतच नाहीत
सापळे तयार करत असतांना काँक्रिटचे
झोप उडवतात ते माझी...
आणि त्यात तू शिवत बसतेस कधीपासून टाकून दिलेले जुनेपाने काहीबाही
दुपार संथ पसरलेली असते अजगरासारखी
अन् माझी झोप चाळवते मुंग्या डसल्यासारखी
सतत ठक ठक ऐकवणारे कष्टकरी कामगार
जे आलेले असतात दूरवरून
बिहारमधून, युपीमधून, झारखंडमधून, कुठूनकुठून
डोक्यावर पिवळ्या रंगाचे हेल्मेट घातलेले
कळकट कपडे घातलेले
तशाच कळकट रंगांचे, काळेसावळे
शांतता चाळवत असतात संथ पसरलेल्या दुपारची.
मार्क्स मरून गेला, "द कम्युनिस्ट मॅनिफेस्टो" लिहून,
"दास कॅपिटल"ही लिहून
अन् दुपारची शांतता उधळून टाकते,
हे कष्टकऱ्यांचे मोहोळ,
इतस्ततः पसरलेले सिमेंट, लोखंडी सळया, खिळे, हातोडे,
अर्धवट उभ्या असलेल्या इमारतींचे सांगाडे,
विळे, कोयते, खडी, डांबर, घमेले, फावडे, कुदळ
आणि सतत वळवळणारे माणसांचे हात....
मी मार्क्स वाचला नाही तेव्हाची गोष्ट-
मी झोपत नसे दुपारी तेव्हा
दादा पारामागे मेटावर करत असत ठकठक
मी ओढत असे रंधा किंवा करवत कधीकधी
तासत बसे एखादे लाकूड
आणि शेतात नांगर सुरू असे किंवा वखर

मी मार्क्स वाचला नव्हता तेव्हाची गोष्ट आहे ही,
मी झोपत नसे दुपारी तेव्हा,
माझी झोपमोड होत नसे
    सायकल दुरूस्त करतांना होणाऱ्या आवाजाने,
किंवा गॅरेजवर सुरू असणाऱ्या ठकठकीने...
नंतर मी वाचला मार्क्स शाळाकॉलेजात असतांना पुस्तकात,
    मास्तरांच्या बोलण्यात,
नंतर कुठेकुठे, वर्तमानपत्रात, गिरणी कामगारांच्या लढ्यात,
इथे तिथे निघालेल्या मोर्च्यात,
अन् मी झोपू लागलो दुपारी नंतर,
निवांत घोरू लागलो डाराडूर, वामकुक्षी घेवू लागलो...
पश्चिमेकडून वारे वहात असे ते मी अंगावर घेत असे,
घरासमोरच्या बागेत फुललेली फुले मी पहात बसे
मला घंटानाद ऐकू येत असे हिवाळ्यात
जरा दूर घरापलिकडे असलेल्या मंदिरातला...
पण माझी झोपमोड होवू लागली नंतर कशाकशाने
गल्लीतून पाटावरवंटा विकत फिरणाऱ्या बायांच्या आरोळ्यांनी...
काखेत, कमरेवर, डोक्यावर प्लस्टीकच्या बादल्याबिदल्या लादून
    फिरणाऱ्या बायकांच्या हाकांनी,
घरासमोरचा रस्ता दुरूस्त करणाऱ्याच्या आवाजांनी...
धुणीवाल्या बाईच्या धुणी धुतांना होणाऱ्या धपधप आवाजानेही...
माझी झोपमोड होवू लागली आहे दुपारी आताशा.
तरी उशाशेजारी मिलरचे डेथ ऑफ सेल्समन घेऊन झोपतो मी
या अजगरासारख्या संथ पसरलेल्या दुपारी
झोप चाळवली की, पुस्तक उघडतो
तर पानापानावर ऐकू येते
दारोदार काहीबाही विकत फिरणाऱ्या विली लोमनची
    माझ्याच दारावर सुरू असलेली टकटक
मला झोप येत नाही, सततची ठकठक येते कानावर
आणि तशात तू शिवत बसतेस काहीबाही...
खाली मान घालून मधमाशीसारखी गुं गुं करत
कधीतरी सरेल का तुझे हे अविरत शिवणे?

मला झोप येत नाही, झोप येत नाही मला....
माझा एक मित्र होता लेनिनसारखी दाढी वाढवलेला
खादीचे कपडे घालून समारंभात मिरवणारा
कॉलेजात पोरांना शिकवणारा
नेमाने झोपत असे तो दुपारी,
कधीच झोपमोड होत नसे त्याची....
माझ्या दुसऱ्या एका मित्राचा बाप कधी झोपत नसे दुपारी
दमेकरी होता तो खोकत बसे सतत
आयुष्यभर हमाली करत असे तो धक्क्यावर,
पोती वाहून, वाहून पोक आले होते त्याच्या पाठीला
त्याची कधीच झोपमोड झाली नाही...
हमाली करून थकल्यानंतर तो शिपाई झाला होता पंचायतीत,
काठी टेकत, खोकलत जात असे चावडीवर,
फिरत असे दारोदार, गावभर, गल्ल्यांतून
त्याने कधी वाचला नव्हता मार्क्स...
तुझे शिवणे कधी सरेल कुणास ठाऊक?
सतत मशीनचा आवाज...
अन् त्यात ही ठकठक....
हे लोक का झोपत नसावेत दुपारचे?
कावळेही का झोपत नसावेत दुपारचे
आणि या चिवचिवणाऱ्या चिमण्याही
मी दुपारी न झोपायचे ठरवले आहे आता
ऐकत राहीन तुझ्या सतत काहीतरी शिवत असल्याचा आवाज,
अर्धवट उभ्या असलेल्या इमारतीवर सतत सुरू असलेली
सेंट्रिंगकाम करणाऱ्या कामगारांच्या हातोड्यांची ठकठक...
अन् दरवाजा उघडा ठेवून वाट पहात बसेन
आर्थर मिलरच्या डेथ ऑफ अ सेल्समन मधल्या
विली लोमनची...
तो काहीतरी घेवून येईलच मला हवे असलेले-
या अजगरासारख्या संथ पसरलेल्या दुपारी...
- पांडुरंग सुतार

दातेरी चाकास कवळी

छप्परे उडती। (पत्रे उडतात)। पत्त्यांच्या सारखे। वादळात।।
मूळासकट ते। वादळ ऊखड। चक्रीवादळ ते। भूईकोट।।
एकटाच जा तू। एकटाच चाल। शहर पडले। कोमामधे।।
कारखाने बंद। भुकेच्या यंत्रांचे। दातेरी चाकच। जठरात।।
भाजीपाल्यासम। शहर जगते। आज नाही त्यास। नाही उद्या।।
स्ट्रेचर पडले। इथे तिथे आणि। कोणीही रडेना। नी हसेना।।
मार्गाची वहाण। आकाश चादर। मला का मिळेना। गाव माझे।।
काम द्यावे काम। मान धन नको। काम देवा मला। नको "काम"।।
धर्मशाळा घर। भिक्षेतला घास। स्मशानाचा वास। शरीरास।।
तळहाती फोड। हातावर पोट। पाठीवर वार। किती झेलू।।
- **बालम केतकर** ('चंद्रकंस' आगामी कवितासंग्रहातून)

शोध...

मी मला कोंडल की,
ताबा सुटतो, पायांचा,
माझ्या, मग,
माझं अख्ख शरीर,
तसंच घेऊन ते,
पळतात, मला, शोधायला...
- **अंकिता साळवी**

कविता : कोडे

मनी माझ्या कोकीळ का आर्त गातो.
ध्यानी माझ्या सागर का खळबळतो.
वेदनांचा भार हा
मज का सारखा खुणावतो.
कृसाला खिळून ठेवलंय त्यांनी मजला
हातापाया खिळे ठोकूनी
अन् मजा बघत बसलेत
मज यातनांचा बाजार मांडूनी.
- जोसेफ तुस्कानो

समरसणे

एखादी साहित्यकृती वाचताना
वाचक म्हणून मी समरसते, करते परकाया प्रवेश
त्या त्या कवी लेखकाने रंगवलेल्या पात्रांत
स्वतःच्या शब्दांत मांडत नाही त्याच्या संवेदना जोवर
तोवर परकाया प्रवेशातून होत नसते मुक्तता माझी
मग रखडते मी शब्दांमागून शब्द
जाणिवे- नेणिवेत अडकलेली तगमग
अन करते मोकळे मेंदुत साचलेले सगळे रसरंग
एक एक करून कांद्याच्या पापुद्र्यासारखे
पूर्वसुरींच्या शैलीचे अनुकरण किंवा वांङ्•मयचौर्याचे
लेबल लागू नये माझ्या आवेगाच्छादित अभिव्यक्तीवर
म्हणून पुन्हा पडताळते स्वतःच्याच कलाकृतीला

संस्करण, परिष्करणाच्या फेरीतून जातांना
नव्याने गवसते मलाच माझी अदम्य कलाकृती
आता मात्र मी बाहेर पडलेली असते
त्या त्या लेखकाच्या परकाया प्रवेशातून
बहुदा अशीच मी घडत असावी स्वतःच स्वतःच्या संस्कारातून
- नेहा भांडारकर

भाषा

भाषा ठेवता येत नाही जपून म्युझियममध्ये
गुदमरतात भाषेचे प्राण बंद पोथ्यांच्या पानांमध्ये
अडखळतो भाषेचा श्वास प्रदेशाच्या परिघामध्ये
भाषा मावत नाही लिपीमध्ये
भाषा उगवते शेतीमध्ये, मातीमध्ये, गावाच्या घरामध्ये
वाढता वाढता वाढत जाते शहराच्या दाटीमध्ये,
तिला आवडते राहायला हृदयामध्ये
भाषा शतकांचे बोट धरून वहात येते
अडगुल्यामडगुल्यात बागडते
पुटपुटते मायमाऊल्यांच्या ओठांतून
बोलत रहाते साध्यासुध्या माणसांच्या चतुराईतून
भाषाच वर्णू शकते मनाची कासाविशी
भाषा नित्यनूतन अतिक्रमणाच्या काळातही.
भाषा असते मन आणि विचारांची एकमेव मध्यस्थ
करते सृष्टीतल्या हालचाली शब्दांत दृश्य
भाषा असते डोळा... श्वास... ज्ञान
भाषा... मनाचा विस्तार...
प्रत्येक जीवामध्ये वावरत असते
भाषा अगदी ज्याची त्याची
ज्याला त्याला प्रिय असते भाषा त्याची स्वतःची
कधी बोली असते कधी असते लेखी

भाषेमुळेच जिवंत ही सुंदर सृष्टी.
आपल्या भाषेचा कंठा मिरवावा गळ्यामध्ये
तिचे बोट धरून चालावे दर पिढी पुढेपुढे
तिला न्यावे आपल्याबरोबर देशविदेशात, समुद्रावर, चंद्रावर
आणि कुठल्या ग्रहावर जिकडेतिकडे सगळीकडे
मिरवते तीही अभिमानाने तुमच्या आमच्या कर्तृत्वामुळे.
भाषेला आवडते पर्यटन वगैरे,
ती वेचते शब्द नवेनवे,
होते अधिकाधिक सघन वगैरे
जगण्यातून उगवतात भाषेचे अंकूर,
स्पंदन पावतात भवतालातून
तिच्याच कुशीत वसते जगाची विद्या निपुण
तिच्याच हाताला धरून नांदतो प्रगतीचा महाकाळ
भाषेच्या पोटात सुरक्षित मानवी जीवनाचा इतिहास
आणि ओठात माणूस.
- मंदाकिनी पाटील

वठले झाड

वठलो जरी पुरता
पानगळती झाली
देण्यास उरल्या अजूनही
काटक्या, लाकूड, साली
नाही बहर पुर्वीचा
नाही फळे, नाही फुले
उभा ताठ अजूनही
नि मूळ आत रूजलेले
पक्षी, पांथस्थ जरी

मुरडून वळवतील माना
याच काटक्यांवर माझ्या
चुलीत शिजेल दाणा
काय विचारतोस गड्या,
काय जगून उपयोग
होता होईल तेवढे द्यावे
मम आयुष्याचा विनियोग
हवे लाकूड म्हणता, दिसेनासा होईन सारा
तरीही मागे ठेवेन, देण्यास मुळांचा पसारा
- रसिका दास्ताने सांगवीकर

सारेच पहाताहेत वाट..

रिकाम्या मनात
कृत्रिम सृजनाचे सुरू आहेत सोहळे
कितीकांना किती लागलेत
नॉस्टॅल्जिक कुंथण्याचे
साहित्यिक डोहाळे
लॉकडाऊनच्या कवितांचे तर
पेवच फुटलंय...
कवितांची(?) गाणी
गाण्यांची लावणी
लावणीचा पोवाडा
पोवाड्याची चारोळी
चारोळीच्या हायकू
हायकूच्या कणिका
....
छंदात नसलेल्या मुक्तछंदांनी तर

धाय मोकलून रडायला लावले
आहे कवितेला...
अनेक जण भूतकाळातील
ब-या वाईट आठवणींना
भर दरबारात आणताहेत खेचून
द्रौपदीला खेचल्यासारखे...
काहींनी पदराला घातला हात
काहींनी फेडून टाकले तिचे वस्त्र...
फेसबुक आणि व्हाट्स ॲपच्या दरबारात
अनेक भीष्माचार्य द्रोणाचार्य कृपाचार्य
बसलेत मूग गिळून गप्प...
अनेकांनी केले दुर्लक्ष
द्रौपदीच्या वस्त्रहरणाकडे
आंधळ्या धृतराष्ट्रा सारखे...
साहित्य मंडळे तर
स्वप्नभंग झाल्यानंतर गलितगात्र होत
निश्चेष्ठ बसले आहे
षंढ पांडवांसारखे...
अंग प्रत्यांगाला सोलणारी
उद्विग्नता सोसूनही
काहीच करता येत नाही म्हणून
सुरु आहे तडफड विदुराची...
....
आता सारेच पहाताहेत वाट
सामाजिक आणि वाङ्मयीन
मूल्य असलेल्या
आशय- अभिव्यक्तीच्या काठा पदराचे
साहित्य पुरविणाऱ्या कृष्णाची....
- नरेंद्र बापूजी खैरनार

मी कविता.. तू कवी...

चालताना झाड भेटलं
पण हिरवं नव्हतं
ठेचकाळताना हात भेटला
पण आधार नव्हता...
निम्माशिम्मा रस्ता मागे पडला
तसा निळ्यागार समुद्रासारखा
तू तलाव म्हणून आडवा आलास..
आणि मी तुडुंब भिजत.. तृप्त...
- मी कविता.. तू कवी...
- कविता पाटील

मानी घेवा भाऊ

समदं काही ठिक ठाक म्हनी घेवा भाऊ,
दोन शब्दात दुःख सुख गनी घेवा भाऊ....
सुख जास आपसमा वाटायी-निटाई
दुःख तरी वाटी-नीटी कोनी घेवा भाऊ....
कोना वाटनं कोनले जात नही काही,
म्हनू जे ज्यानं शे ते त्यानी घेवा भाऊ
तशे पाह्य त्ये कोनीबी आपलं नहीना,
भेटना तो आपला मानी घेवा भाऊ
- अभिर (धिरज जाधव)

दिशाहीन

त्यान जाणलं
तो निघाला
मी इथेच आहे, अधर्माच्या वाट्याला
जोडून हात, टेकून गुडघे
कधी कधी तर आडवा होऊन छाताड्यावर
घासत असतो नाक
मागत असतो भीक
अमुर्त रुपी निर्जिव दगडासमोर
जो क़ैद आहे चार भिंतीतील चौकटीमध्ये
ज्यासमोर उभा राहून
लाचाराप्रमाणे हात पसरतो
त्या पायरीवर बसलेल्यांप्रमाणे
ज्याच्यांत आहे खरा तो, जिवंत
ज्यांचा कुळ, धर्म, जात, पंत, वर्ण
शुद्र समजून लाथ मारुन
उभे राहतो ह्या निर्जीवासमोर
जो निर्माण केलाय हजारो भडव्यांनी
त्यांनी निर्माण केलेलं विश्व चालवण्यासाठी
आमच्या जीवावर
मंत्र,तंत्र,यज्ञ,हवन,शांती,भूत,प्रेत,पिशाश्च,मोह,माया,मत्सर,द्वेष,तिरस्कार,मी,
अंतरातला मी,
यांना पुढे ठेऊन
भय दाखवून ,
निर्माण केला दुसराच मार्ग
जिथे दुर पर्यंत ना तो आहे, ना त्याच असित्व
ना त्याचा मार्ग आहे, ना धर्म
वेद,शास्त्र,पुराण,गीता,भागवत
जणू फक्त नावालाच उरले आहेत
त्यांचा अर्थ, त्याप्रमाणे कर्म करणारे
जणू मोजकेच ह्या बोटांप्रमाणे

पण ते ही वेगवेगळे
दहा दिशांना दहा तोंडी
मी की तू, त्याच्यातही वरचढ
अश्यात सामान्य जीव कसा तरेल
तश्यात ही,
त्यान जाणलं
तो निघाला
मी इथेच आहे, अधर्माच्या वाट्याला.
- **शुभम शिरीलत**

तिचे अभंग

युगानुयुगांची, माझी विटंबना
तुज विवंचना, कोठे त्याची?
दुःखभोग जीवा, झाले मी हैराण
निवले पंचप्राण, राखेपरी।।
मायाममत्वे, आत्मा तळमळे
तरी ना जळे, पीळ तुझा।
अशा या जगात, जगता छळशी,
मरता उरशी, तू ही का।।
सरणावरी माझ्या। तुझे कलेवर।
साह हा तत्पर। मुक्तिदाह।।
- **शोभा तितर**

प्रणयदाह..

स्वत्व अनेक दिवसांपासून अपभ्रंशाकडे वळलेले,
दुतर्फा भेटण्यासाठी किती अट्टाहास चुकूनच निवडलेले..
त्या पिसाळलेल्या क्षणांची तुला कधी दाटे सागरभरती,
गटांगळ्यांत अडकलेल्या भावलाटांची तर त्याला छळे शोकमती..
हा तिचा अकस्मात संदेश, अर्धवट जीवी,
तुटका, अलीकडे पार्‍यागत निसरडाही; मिलनाच्या लालसेपोटी आस खोटी
उगीच जपल्याने, अंतरी तो पुरा प्रणयदाही..
ती झंझावात झाडून पुढे कोणती ना येऊ घातलेली खबरबात,
ते सलणे जे सारसर्वस्व त्यजून स्वीकारले
त्याने आताशा निमूट निर्वात.. ही श्वापदे अनावर अनामिक,
आवरावे धिंगाणे तिथले जरी अपार मोहक;
कोळोखाच्या शापदग्धतेचा त्याला आजीवन सराव,
ही धग पेलणार बहुतेक..
- सतीश लोथे

कोराकरकरीत...

कोणी स्थिती समजून घेत नाही, आणि भावनाही...
कोणी कवितेच्या वहीचं
कोरं पान वाचून घेतो, आणि सर्वसंपन्न होतो...
तर कोणी सुगम्य भाषेतलं, आख्खं पुस्तक वाचूनही
कोराकरकरीत राहतो!...
- विद्या पाटील

12
अहिराणी साहित्य सूची

अहिराणी साहित्य परंपरा

- डॉ. सुधीर रा. देवरे

प्रास्ताविक : अनेक दिवसांपासून काही अभ्यासक अहिराणी लेखकांची सूचीची मागणी करत होते. तशी एक लघुसूची 'ढोल'च्या पाचव्या अंकात (जानेवारी 2004) प्रकाशितही केली होती. पण त्यानंतर बरेच लेखक अहिराणीत लिहिते झाले. सूचीतले अनेक घटक व अहिराणी साहित्याची परंपरा माझ्या अन्य लिखाणात आलेली असल्यानं पुन्हा नव्यानं साहित्य सूची कशाला, असंही अनेकांना सांगून पाहिलं. पूर्वपरंपरेसह आजचे साहित्यिक यांची बेरीज करुन 'अहिराणी साहित्य परंपरा' हे टिपण यातून तयार झालं. म्हणून ही केवळ सूची म्हणता येणार नाही :

चक्रधर स्वामी : अहिराणीचा पहिला उल्लेख 'लिळाचरित्रा'त येतो. चक्रधर स्वामींसह तत्कालीन इतर महानुभावांनी ढासलं, रांधलं, पुंज आदी अनेक अहिराणी शब्द बोलण्यात वापरल्याचं दिसून येतं.

ज्ञानेश्वर : संत ज्ञानेश्वर यांचे 'बागलाण नवरीचे रुपकात्मक अभंग' प्रसिद्ध आहेत. याशिवाय श्रीज्ञानदेव यांचीच 'अहिराणी गवळण' व काही 'अहिराणी पदं' सापडतात. ज्या ज्ञानदेवांना बोली अरूपाचं रूप दाखवायचं होतं, त्यांनी बागलाणी भाषेत काव्य करून आपली प्रतिज्ञा पूर्ण तर केलीच पण बागलाणी (अहिराणी)

बोलीही तेवढी प्रतिष्ठेची होती हेही त्यामुळं आपोआपच सिद्ध होतं.

जयराम पिंड्ये : 'राधामाधवविलासचंपू' ऊर्फ 'शहाजी महाराज चरित्र' हा ग्रंथ जयराम पिंड्ये या कवीचा आहे. हा ग्रंथ शके १५७५ ते १५८० च्या दरम्यानचा असावा. या ग्रंथात बागलाणी (अहिराणी) काव्याचाही समावेश आहे. ग्रंथात बागलाणी असा उल्लेख असून तिची प्रमुख भाषांमध्ये गणना केलेली दिसते. सदर ग्रंथ वि. का. राजवाडे यांनी संपादित केला असून त्याला अभ्यासपूर्ण अशी प्रस्तावनाही लिहिली आहे. "...भाषा केवळ संस्कृत किंवा मराठी नसून फारशी, उर्दू, ब्रज, गुजराथी, बागलाणी, पंजाबी व कर्नाटकी अशा हिंदुस्थानातील बहुतेक प्रमुख भाषा आहेत... बागलाण हा त्या काळी महत्वाच्या देशात मोडत असे व तेथे बहुतेक लोक स्वतंत्र हिंदू राजे राज्य करीत असत, असा बागलाणीला जयरामने मान दिला." (राधामाधवविलासचंपू, पृ. १३, १४) हे या ग्रंथातलं राजवाडे यांचं महत्वाचं अवरतण आहे.

मोरिरचा भाट : शहाजी राजांच्या दरबारात ज्याने बागलाणीत स्तुती केली आहे, त्याचं नाव 'मोरिरना भाट' (मोरिरचा भाट) असं आहे. त्यांचं काही काव्य उपलब्ध आहे.

जैन कवी निंबा : शके १६४८ मध्ये जैन कवी निंबा याने एक पोथी लिहिली असून या पोथीत 'अहिराणी' या नावाचंच भक्तीपर व उपदेशपर एक अहिराणी गीत आहे. हे अहिराणी गीत पाच कडव्यांचं आहे. हा जैन कवी विदर्भातील असून त्याने अहिराणी शब्दांचा वापर केला आहे. तठे, जीनपास, तान्हा, मन्हा, त्याले, मन्ह, मननी असे शब्द त्यांच्या गीतात येतात. परंतु हे काव्य आज उपलब्ध होत नाही.

कमलनयन : बागलाणीतून काव्य करणारे बागलाण तालुक्यात अजून एक कवी होऊन गेले. मुल्हेर जवळच्या अंतापूर या खेड्यातले ते रहिवासी होते. 'कमलनयन' हे त्यांचं नाव होतं. 'नयनमहाराज' म्हणूनही ते ओळखले जात. कवी 'कमलनयन' यांचा काळ १६८० ते १७५० हा होता. मुल्हेरचे श्री उद्धव महाराज यांचे ते पट्टशिष्य होते. त्यांनी लिहिलेलं काव्य कालांतराने नामशेष झालं. परंतु त्यांचा 'अभंगावली' नावाचा काव्यग्रंथ आजही मुल्हेर येथील श्री उद्धवस्वामी यांच्या मंदिरांच्या विश्वस्तांजवळ उपलब्ध आहे. अभंगावलीत १५०० ओव्या आहेत. त्यात ५ ते ६ बागलाणी - अहिराणी भाषेत पदं आहेत.

'कमलनयन' कवीने अभंगावली, स्तोत्रे, आरत्या, दोहे अशा रचना केल्या आहेत. ते संत कवी होते. त्यांचे वंशज 'बुवा' आडनावाचे होते.

ग्रिअर्सन : सर जॉर्ज ग्रिअर्सन (१८५१- १९४६) यांनी भारतीय भाषांचा अभ्यास केलेला आहे. क्षेत्रविस्तार भाषांची संख्या आणि बहुविधता या दृष्टीनं त्यांनी केलेलं कार्य सर्वांत मोठं आणि महत्त्वाचं होतं. ही सर्व भाषिक माहिती 'Linguistic Survey of India' या नावानं खंडशः प्रसिद्ध आहे. त्यातील नवव्या खंडात ग्रिअर्सनने अहिराणीचा विचार केला आहे.

अहिराणीतील आधुनिक साहित्य :

अहिराणी लोकसाहित्यात खूप मोठा खजिना सापडतो तर प्राचीन - अर्वाचीन साहित्यात चक्रधर स्वामी, संत ज्ञानदेव, मोरिरचा भाट, कवी कमलनयन असे मोजकेच पण भारदस्त द्रष्टे आढळतात. पुर्वस्त्रोतांशी तुलना केली तर अहिराणी आधुनिक साहित्यात अजून खूप मोठी भर पडली नाही. पण काही लिखाण भविष्यासाठीचं आश्वासन नक्कीच आहे.

कवयित्री बहिणाबाई चौधरी यांच्या कविता (बहिणाबाईच्या कविता) अहिराणी वा खानदेशी असल्याचं उर्वरीत महाराष्ट्रात समजलं जातं. शालेय अभ्यासक्रमांत त्यांच्या कवितेचा उल्लेख अभ्यासक्रम मंडळांकडूनही अहिराणी-खानदेशी असल्याचा केला जातो. (बहिणाबाई चौधरी या अशिक्षित असूनही विस्मयित करणारे तत्वज्ञान त्यांच्या काव्यातून सहज अवतरतं. त्यांच्या जवळ जवळ सर्वच कविता, लोकगीतं आणि ओव्यांचा बाज सांभाळतात. तरीही ही कविता अहिराणी कितपत म्हणता येईल, हा प्रश्नही नेहमीच उपस्थित होत आला.) बहिणाबाईची कविता 'अहिराणी कविता' या संज्ञेनं संपूर्ण महाराष्ट्रभर ओळखली जात असली तरी या कवितातल्या शब्दांमध्ये - उच्चारांमध्ये अहिराणी भाषा येत नाही. ही लकब खुद्द कवयित्रिची की त्या कवितेवर संस्कार करणाऱ्या व्यक्तीची, हे लक्षात येत नाही.

जळगाव जिल्ह्यातल्या काही भागात 'लेवा गणबोली' नावाची बोली बोलली जाते. कवयित्री बहिणाबाईंची कविता ही लेवा गणबोली भाषेतली आहे, असं अलीकडे काही अभ्यासक त्यांच्या शोधनिबंधातून मांडू लागले आहेत. या अभ्यासकांचा आदर करुन बहिणाबाईच्या कवितांचा समावेश अहिराणी भाषेत केलेला नाही.

विजया श्रीधर चिटणीस : 'खानदेशी बोली : एक स्थानिक अभ्यास' (धुळे जिल्ह्यातल्या मोहाडी या गावच्या भाषेचा अभ्यास पुणे विद्यापीठात पीएचडी साठी सादर, 1964, माध्यम इंग्रजी. प्रकाशित : प्रेस्टीज प्रकाशन, पुणे.)

दा. गो. बोरसे : अहिराणी लोकवाङ्मय संकलनाचं काम श्री. दा. गो. बोरसे यांनी मोठ्या प्रमाणात करण्याचा प्रयत्न केला. जिभाऊ, अहिराणीची कुळकथा, खान्देश

वाग्वैभव, लोकनाट्य, गिरजा, तापीतरंग, अजिंठ्याचे लेणे, (माध्यम मराठी). परंतु जे काम सर्व अंगांनी मोठ्या प्रमाणात व्हायला हवं होतं तसं ते झालं नाही. हे काम एकट्या दुकट्या व्यक्तीचं नक्कीच नव्हतं. श्री. बोरसे यांनी 'जिभाऊ' नावाची कादंबरी लिहिली. त्या कादंबरीची पार्श्वभूमी - भौगोलिक परिसर खानदेश असला तरी आणि काही पात्रे अहिराणी भाषा बोलताना दिसत असले तरी तिचं निवेदन प्रमाण मराठीत झालेलं आहे. हीच लेखकाची मर्यादा आहे. एखाद्या लेखकानं प्रमाण मराठी भाषेत कादंबरी लिहावी आणि पात्रांच्या तोंडी कोकणी मिश्रित मराठी वा सातारी, कोल्हापुरी, दखनी बोली वापरावी तसाच हा प्रयोग होता. श्री. बोरसे यांच्याच 'अहिराणीची कुळकथा' या पुस्तकातूनही विशेष काही हाती लागत नाही. "श्रीराम अत्तरदे यांच्या 'सावलीच्या उन्हात' व श्री. नारखेडे यांच्या 'अंजनी' खेरीज तरी खानदेशी प्रादेशिक ललित कृती उपलब्ध नाही." असा उल्लेख 'जिभाऊ'च्या प्रस्तावनेत दा. गो. बोरसे करतात. पण या उल्लेखातील दोन्हीही ललितकृती अहिराणी माध्यमात नाहीत. या कृती मराठी माध्यमातील आहेत.

राजा महाजन : अहिराणीवर आणि अहिराणीत काही लिखाण. 'सूर्यानी लेक आणि गुन्हेगार (अहिराणी कथासंग्रह)

कृष्णा पाटील : अहिराणी लोकसाहित्य दर्शन, खंड- एक (सण आणि उत्सव) आणि खंड- दोन (नाती- गोती) या ग्रंथांत लेख प्रकाशित. (माध्यम - मराठी). उत्तर महाराष्ट्र विद्यापीठात दोन्ही संदर्भ ग्रंथ. अहिराणी लोकवाङ्मयाचे संकलक. श्री. पाटील यांनाही संकलनाव्यतिरिक्त अहिराणी भाषेत ललित लिखाण करता आलं नाही. इतिहास संशोधन वगैरे क्षेत्रातही भरीव योगदान देता आलं नाही.

देशीवादाचे लेखक श्री. भालचंद्र नेमाडे यांनी समीक्षासारख्या लिखाणातही 'रावण्या' सारखा अहिराणी शब्द वापरण्याचं धाडस केलं. त्यांच्या 'मेलडी' आणि 'देखणी' नावांच्या कवितासंग्रहातही काही कवितांमध्ये अहिराणी शब्द- अहिराणी वाक्प्रचार जाणीवपूर्वक वापरलेले दिसतात. पण क्षमता असूनही त्यांची एकही संपूर्ण कविता अहिराणीत नाही. आणि संपूर्ण कादंबरी तर फार लांबची गोष्ट झाली.

सदाशिव माळी : 'अहिरानी दर्शन' (जीवनविषयक स्फुट ओव्या), संकलन, (शिवमूर्ती प्रकाशन, धुळे), (माध्यम : मराठी).

डॉ. रमेश सूर्यवंशी : 'अहिराणी : भाषा वैज्ञानिक अभ्यास' हे महत्वाचं पुस्तक असून 'अहिराणी शब्दकोशा'तील (Dictionary), (दोन्हीही अक्षय प्रकाशन, पुणे) शब्दसंकलनाचं महत्वपूर्ण काम आहे. दिवसेंदिवस अहिराणीतील शब्द

हरवण्याची जी नामुष्की ओढवत होती ती या शब्दकोशामुळं दूर होईल. यापुढं अभ्यासकांना तरी आता सहज उपलब्ध होऊ शकेल आणि अजून कोणाला यापासून प्रेरणा मिळाली तर राहून गेलेल्या शब्दांचाही दुसरा कोश उदयास येऊ शकेल असं वाटतं. 'अहिराणी म्हणी- वाक्प्रचार (संकलन, माध्यम - मराठी).

प्रस्तुत लेखक (डॉ. सुधीर देवरे) सुमारे पस्तीस वर्षांपासून अहिराणी भाषा संवर्धनासाठी चळवळ उभी करुन आपल्या लिखाणातून अहिराणी भाषा उपयोजित करीत आहे. अहिराणीच्या संवर्धन व जागृतीसाठी सटाण्यात (१९८५ पासून जवळजवळ अडीच वर्ष) 'रसिक' नावाचं पाक्षिक सुरू ठेवलं होतं. १९९८ पासून बडोदा येथील 'भाषा संशोधन केंद्राच्या' भाषा प्रकाशन पुढाकारानं 'ढोल' नावाचं पहिलं संपूर्ण अहिराणी माध्यम व अहिराणी लोकसंस्कृतीला वाहिलेलं संशोधनात्मक (जाहिरातींशिवायचं) नियतकालिक प्रस्तुत अभ्यासक संपादित करतो. आतापर्यंत 'ढोल'चे मोजकेच अंक प्रकाशित झाले असूनही त्यांतून अहिराणी भाषा दस्तावेजीकरणाचं भरीव काम झालं आहे. प्रस्तुत लेखकाचा संपूर्ण अहिराणी माध्यम असलेला 'आदिम तालनं संगीत' नावाचा अहिराणीतला पहिला कवितासंग्रहही (1 जुलै 2000 साली, भाषा प्रकाशन, बडोदा) प्रकाशित झाला आहे. 'अहिराणी लोकपरंपरा', (संदर्भ ग्रंथ, ३ डिसेंबर २०११, ग्रंथाली प्रकाशन, मुंबई.) 'अहिराणी लोकसंस्कृती' (संदर्भ ग्रंथ, ८ एप्रिल २०१४, पद्मगंधा प्रकाशन, पुणे.) 'अहिराणी गोत', (अहिराणी दर्शन, ७ मार्च २०१४, पद्मगंधा प्रकाशन, पुणे.) 'अहिराणी वट्टा', (अहिराणी कथा, ७ मार्च २०१४, पद्मगंधा प्रकाशन, पुणे.) 'अहिराणीच्या निमित्ताने: भाषा' (भाषा संशोधन संदर्भ ग्रंथ, ८ एप्रिल २०१४, पद्मगंधा प्रकाशन, पुणे. महाराष्ट्र शासनाचा नरहर कुरुंदकर भाषा पुरस्कार.) हे ग्रंथ प्रकाशित असून सातत्यानं भाषाभ्यास- संशोधन- लिखाण सुरु आहे. (वरील सर्व ग्रंथ उत्तर महाराष्ट्र विद्यापीठात एम. ए. अभ्यासक्रमासाठी संदर्भ ग्रंथ आहेत.) 'भाषा: व्याप्ती आणि गंड' (भाषा संशोधन) आणि 'अहिराणी: भाषा, परंपरा आणि संस्कृती' (भाषा संशोधन) हे ग्रंथ अजून अप्रकाशित आहेत. या व्यतिरिक्त प्रस्तुत लेखक ललित, वैचारिक आणि मराठी कवितेतही मुद्दाम योग्य त्या ठिकाणी अहिराणीतील महत्त्वपूर्ण शब्द उपयोजित करण्याचा अट्टहास धरतो. 'सोन्याची शाळा', (कादंबरी, नोव्हेंबर २०२१, लोकवाङ्मय गृह, मुंबई. कादंबरीचा परिवेष आणि पात्र संवाद अहिराणी.) 'मी गोष्टीत मावत नाही', (कादंबरी, २५ फेब्रुवारी २०१९, पद्मगंधा प्रकाशन, पुणे. अहिराणी भाषा उपयोजन), सायको, (कादंबरी, फेब्रुवारी २०२१, तेजश्री प्रकाशन, इचलकरंजी. (अहिराणी भाषा उपयोजन), 'खानदेशचा सांस्कृतिक इतिहास' (खंड-३) :

संपादक : डॉ. मु. ब. शहा, का. स. वाणी मराठी प्रगत अध्ययन संस्था, धुळे, जानेवारी- २००४, अहिराणीवरील दीर्घ लेख : 'अहिराणी भाषा : उत्पत्ती आणि इतिहास', 'भारतीय भाषांचे लोकसर्वेक्षण', (महाराष्ट्र, १७ ऑगष्ट २०१३, पद्मगंधा प्रकाशन, पुणे.) यात प्रत्यक्ष सहभाग आणि पृष्ठ क्रमांक ६८ ते ८१ वरील अहिराणी भाषा वरील दीर्घ लेख.

डॉ. बापूराव देसाई : अहिराणीतील काही लोकवाङ्मयाचं संकलन केलं आहे. पण डॉ. देसाई यांची 'आक्खी हयाती' ही संपूर्ण अहिराणी माध्यम असलेली कादंबरी प्रस्तुत अभ्यासकाला महत्त्वाची वाटते. अहिराणी असणं हेच व्यवहारात उपयोजित होऊ शकतं, असा संदेश या कादंबरीतून अहिराणी भाषिकांना मिळू शकतो आणि अहिराणीबद्दल विश्वासही दृढ करु शकतो. 'खानदेशी साहित्य सुरभि' (संकलन), बनी कारे बापू (संकलन), 'खान्देशी संस्कृती', (पानफूल प्रकाशन, जळगाव) आदी पुस्तकं प्रकाशित आहेत.

संजीव गिरासे : 'लगीन', (राजश्री प्रकाशन, पुणे), 'आगारी', कथा, (सुधा प्रकाशन, जळगाव) आणि इतर लिखाण.

डॉ. उषा सावंत : 'अहिराणी साहित्याच्या सोनियाच्या खाणी' ('खानदेशी स्त्री गीते', प्रतिमा प्रकाशन, पुणे) आणि इतर लिखाण.

देवीदास हटकर : 'अहिरराष्ट कान्हदेश' पुस्तक आणि 'तंगा मंगा ना दंगा' हे नाटक अहिराणी भाषेत प्रकाशित आणि नाट्यप्रयोग.

डॉ. शशिकांत पाटील : 'अहिराणी लोक साहित्याचा अभ्यास', (चिन्मय प्रकाशन, औरंगाबाद.)

डॉ. म . सु . पगारे : 'अहिराणी लोकवाङ्मयातील लोकभाषा', (प्रशांत पब्लिकेशन्स, जळगाव) आणि इतर संपादीत ग्रंथ.

डॉ. सयाजी पगार : 'खानदेशातील ग्राम दैवते आणि लोकगीते', (का. स. वाणी मराठी प्रगत अध्ययन संस्था, धुळे.)

प्रा. शं. क. कापडणीस : 'अहिराणीचा संसार' (लोकम्हनी), संघर्ष प्रकाशन, सटाणा.

रामदास वाघ : 'याले जीवन आसं नाव', म्हतारपननी काठी, तुना काय बापनं जास, 'आख्यान', 'वानगी', 'माय नावना देव', (प्राजक्ता प्रकाशन, नाशिक) आणि इतर पुस्तकं. 'गावशिव' नावाचं एक त्रैमासिक संपादीत करून त्यातून अहिराणीतलं हलकं फुलकं साहित्य प्रकाशित केलं.

सुभाष अहिरे : 'गावनं गावपन', (ललित, भावना प्रकाशन, धुळे), वयंबा (कवितासंग्रह), शांताई आणि इतर पुस्तकं.

डॉ. दिलीप धोंडगे : 'सांगनं नही पन सांगनं वनं' दैनिक गावकरीतलं सदर.

डॉ. सुधाकर चौधरी : 'समाज भाषाविज्ञान : अहिराणी बोलीचा अभ्यास', (अथर्व प्रकाशन, जळगाव) हे पुस्तक.

डॉ. फुला बागूल : 'खारं आलनं', (प्रशांत पब्लिकेशन्स, जळगाव) अहिराणी पुस्तकांवरील परीक्षणं आणि इतर पुस्तकं.

डॉ . बाळासाहेब गुंजाळ : 'अहिराणी म्हणी : अनुभवाच्या खाणी', (शब्दालय प्रकाशन, श्रीरामपूर.)

प्रा . भगवान पाटील : 'चांगभलं', अहिरानी ललित लेखसंग्रह, (कस्तुरी प्रकाशन, अमळनेर), 'संत मीरानी भक्ती', (अहिरानीत अनुवाद, पानफूल प्रकाशन, जळगाव) ही पुस्तकं.

प्रा. लतिका चौधरी : 'गल्लीनी भाऊबंदकी' (कादंबरी), 'खान्देशी बावनकशी', (दिशोत्तमा प्रकाशन, नाशिक), 'नियं आभाय' (कवितासंग्रह, कस्तुरी प्रकाशन, अमळनेर) ही पुस्तकं.

प्रकाश पाटील (पिंगळवाडेकर) : 'सटीना टाक' या प्रदर्शित अहिराणी चित्रपटासह अजून काही चित्रपटांत अहिराणी गीतलेखन व संवादलेखन. ('धुयाना दांडगो', 'सात जनमनी साथ' अप्रकाशित पुस्तकं.)

प्रा. शकुंतला पाटील रोटवदकर : 'मन्हगोत' (ओवीगीते, उ.म.वि. संदर्भ ग्रंथ), 'अभिरानी' (कवितासंग्रह), 'लग्नसोहळा' (अहिराणी गीतांचं संकलन) ही पुस्तकं.

श्रीमती विमल वाणी : 'रानमेवा', 'खान्देशधन', 'खान्देशनी संस्कृती' (हे तीन कथासंग्रह) आणि अन्य काही संकलनं प्रकाशित.

आबा महाजन : 'मन्हा मामाना गावले जाऊ (बाल कवितासंग्रह, अथर्व प्रकाशन, जळगाव).

एन. एच. महाजन : 'गावगाडा' (कथासंग्रह, अनुराग प्रकाशन, शिरपूर) आणि इतर काम.

सुरेश राजाराम पवार : भगवतगीतेचा अहिराणीत अनुवाद.

नानाभाऊ माळी : 'लाह्या' (कवितासंग्रह, भावना प्रकाशन, धुळे.)

महेश लीला पंडित : 'आखो' नियतकालिकाचे संपादन.

रमेश बोरसे : 'आप्पान्या गप्पा', (अभ्यासिका प्रकाशन, कन्नड), पुरनपोयी (कवितासंग्रह, राऊ प्रकाशन, धुळे) ही पुस्तकं.

एस. के. पाटील : 'अहिराणी वैभव' नाट्यप्रयोग सादरीकरण.

उल्लेखित लेखकांव्यतिरिक्त अहिराणीसाठी झटलेल्या बऱ्याच व्यक्ती आणि संस्था आहेत. यात डॉ. रमेश वरखेडे, डॉ. मु. ब. शहा, डॉ. किसन पाटील, डॉ. आशुतोष पाटील, जगदीश देवपूरकर, विकास पाटील आदी व्यक्ती, आणि भाषा केंद्र- बडोदा (डॉ. गणेश देवींसोबत आम्ही मित्रांनी स्थापन केलेली एनजीओ), का. स. वाणी संस्था- धुळे, बहिणाबाई (उत्तर महाराष्ट्र) विद्यापीठातील मराठी विभाग- जळगाव, उत्तर महाराष्ट्र खान्देश विकास मंडळ- कल्याण, अहिराणी साहित्य परिषद- धुळे आदी संस्थांची नावं घेता येतील. या व्यतिरिक्तही अनेक लोक नव्यानं आज अहिराणीत लिहू लागले. अनेक पुस्तकं अहिराणीत निघू लागलीत. यातून अहिराणीच्या भवितव्याचं चांगलं आश्वासन मिळतं.

ताजा कलम : हे टिपण अपूर्ण असल्याची जाणीव आहे. अहिराणी लेखकांनी आपल्या व इतरांच्या प्रकाशित पुस्तकांची माहिती कळवावी म्हणजे सूची वेळोवेळी परिपूर्ण करण्याचा प्रयत्न करता येईल.

- डॉ. सुधीर रा. देवरे

sudhirdeore29@yahoo.com

भावपूर्ण श्रध्दांजली

निधन झालेल्या लेखक, कलाकार, अभिनेते, गायक आदींना भावपूर्ण श्रध्दांजली.

13

पुस्तकांचे स्वागत

ऐसा तो घड्या नही ना?: डी. के. शेख, शब्द शिवार प्रकाशन, मंगळवेढा, मूल्य- २०० रु.

काव्यकिनारा : शं. क. कापडणीस, अक्षरबंध प्रकाशन, नाशिक, मूल्य- १८० रु.

गुलमोहराचं कुकू : प्रशांत केंदळे, चपराक प्रकाशन, पुणे, मूल्य- १२० रु.

डंख व्यालेलं अवकाश : सुधीर देवरे, व्दितीय आवृत्ती, नोशन प्रेस प्रकाशन, चेन्नई, मूल्य- ३०० रु.

आदिम तालनं संगीत : सुधीर देवरे, व्दितीय आवृत्ती, नोशन प्रेस प्रकाशन, चेन्नई, मूल्य- ४५० रु.

माणूस जेव्हा देव होतो : सुधीर देवरे, व्दितीय आवृत्ती, नोशन प्रेस प्रकाशन, चेन्नई, मूल्य- ३०० रु.

आदिम तालाचं संगीत : सुधीर देवरे, मराठी भाषांतर, नोशन प्रेस पब्लिकेशन, चेन्नई, मूल्य- ४५० रु.

Melodies with a Primitive Rhythm : Sudhir Deore, Translation in English by Rajeev Kulkarni, Notion Xpress Publication, Chennai, Price- 450 Rs.

14

निवेदने आणि जाहिराती

'हिंसा' विशेषांक

'संपृक्त लिखाण' २०२२ चा दिवाळी अंक हा 'हिंसा' विशेषांक म्हणून प्रकाशित करण्याचा विचार आहे. यात प्रत्यक्ष हिंसा, राजकीय हिंसा, परराष्ट्रीय हिंसा, सामाजिक हिंसा, कौटुंबिक हिंसा, भाषिक हिंसा, साहित्यातली हिंसा, मानसिक हिंसा, निसर्गातील हिंसा आदी प्रकारच्या हिंसा अपेक्षित आहेत. साहित्यकारांनी या विषयावरील आपले लिखाण ३१ ऑगष्ट २०२२ पर्यंत पाठवावे. विषय 'हिंसा' असल्याने साहजिकच 'अहिंसे'वरही लिखाण अपेक्षित आहे. संपादकाच्या फोनची वाट न पहाता आपले लिखाण sudhirdeore29@yahoo.com या ईमेलवर पाठवावे.

कार्यक्रम कोणताही असो...
बुके ऐवजी;
बुक देऊन सत्कार करा
निसर्ग वाचवा, वाचन वाढवा...

इतर पुस्तकांसह खालील व्दितीय आवृत्त्या आणि भाषांतरीत पुस्तकं आता Amazon, Flipkart, Book Ganga वर उपलब्ध आहेत. काही **LINKS** :

माणूस जेव्हा देव होतो (देव मामलेदार चरित्र) :
https://notionpress.com/read-instantly/1361412

आदिम तालनं संगीत (अहिराणी):
https://notionpress.com/read-instantly/1351520

डंख व्यालेलं अवकाश (मराठी):
https://notionpress.com/read-instantly/1351541

आदिम तालाचं संगीत (मराठी):
https://notionpress.com/read/aadim-talachh-sangeet

Melodies With A primitive Rhythm (English भाषांतर):
https://notionpress.com/read/melodies-with-a-primitive-rhythm

देणगीदार

'संपृक्त लिखाण' अंक एक साठी मिळालेल्या देणग्या:
डॉ. सुधीर राजाराम देवरे - ५००० रुपये
दर्शना कोलगे - १००० रुपये
गौरी सुधीर देवरे - १००० रुपये

www.ingramcontent.com/pod-product-compliance
Lightning Source LLC
LaVergne TN
LVHW010434230826
846092LV00009BA/1158

* 9 7 9 8 8 8 6 8 4 2 1 8 0 *